AF659489

अनाथांचा नाथ

॥ श्री एकनाथ ॥

रा.वा. शेवडे गुरुजी

मेहता पब्लिशिंग हाऊस

Please contact us at **Mehta Publishing House Pvt. Ltd., Pune.**
Email : **production@mehtapublishinghouse.com**
Website **: www.mehtapublishinghouse.com**

ANATHANCHA NATH SHREE EKNATH
by R.V. Shevade Guruji

अनाथांचा नाथ श्री एकनाथ / कुमार साहित्य
रा.वा. शेवडे गुरुजी

संस्थापक : सुनील अनिल मेहता

प्रकाशक : मेहता पब्लिशिंग हाऊस प्रा. लि.,
१९४१, सदाशिव पेठ, माडीवाले कॉलनी, पुणे – ४११०३०.
✆ ०२०-२४४७६९२४
E-mail : production@mehtapublishinghouse.com
Website : www.mehtapublishinghouse.com

मुद्रक : श्री मुद्रा

प्रथमावृत्ती : सप्टेंबर, २०१७ । पुनर्मुद्रण : सप्टेंबर, २०२४

मुखपृष्ठ व आतील चित्रे : देविदास पेशवे

किंमत : ₹ १९०

P Book ISBN 9789386745354

स्वकष्टाने आणि कर्तबगारीने

नावारूपाला आलेले माझे कनिष्ठ बंधू

चि. दत्तोपंत

आणि त्यांच्या सुविद्य, सुशील पत्नी

सौ. सुधाताई

यांना आशीर्वादपूर्वक

श्रीएकनाथ

हणमंत भटजी म्हणजे पैठणमधील एक प्रसिद्ध वेदशास्त्रसंपन्न व्यक्तिमत्व. ते शिवभक्त होते. पैठण गावाबाहेरील शिवमंदिराचे ते सन्माननीय पुजारी होते. भक्तीने शिवाची पूजा करीत. सकाळी सहा वाजता आणि सायंकाळी सहा वाजता स्नान आटोपून पूजेला जात. अगदी यथाविधी, एक-एक तास त्यांची पूजा चाले. काही कारणाने परगावी जावे लागले, आणि त्यामुळे पूजा चुकली, की ते उपवास करीत. लोकांच्यात असा समज होता की, हणमंत भटजींवर शिवाची कृपा आहे. म्हणूनच त्यांच्या घरात सुख-शांती व समृद्धी नांदत आहे.

असेच एका सायंकाळी हणमंत भटजी शिवमंदिराकडे चालले होते. ते तोंडाने 'ॐ नमः शिवाय' असा जप करीत होते. त्यांच्या पाठीमागून एक बारा वर्षांचा मुलगा त्याच्या रोजच्या सवयीप्रमाणे शिवमंदिराकडे चालला होता. त्याच्या डोक्याची लांबट गाठ मारलेली शेंडी, नेसलेले धोतर आणि अंगातली बाराबंदी पाहता तो ब्राह्मणाचा आहे, हे कळत होते. तो 'एकोबा' होता. 'मूर्ती लहान आणि कीर्ती महान' या म्हणीला शोभेल असे त्याचे वाचन, पठण झालेले होते.

हणमंत भटजी गाभाऱ्यात गेले. बाहेर मंडपाजवळ एका खांबाला टेकून एकटक नजरेने तो मुलगा शिवाच्या पिंडीकडे पाहत होता. आत भटजींची पूजा चालूच होती. त्यांनी पळीने फुलपात्रातले पाणी तीन वेळा उजव्या हातात घेऊन आचमन केले. 'ॐ नमः शिवाय' म्हणत त्यानी सहाण-खोड घेऊन गंध उगाळले. शिवाच्या पिंडीवरील पहिली फुले बाजूला करून ती निर्माल्याच्या टोपलीत टाकली. तांब्यातील पाण्याने शिवाच्या पिंडीला स्नान घातले. तेथेच वाळत घातलेल्या छोट्याशा पंच्याने पिंडी पुसून काढली. पिंडीवर गंधाचा लेप चढविला. तिच्यावर फुले वाहिली. त्यांनी हातात बेल घेतला आणि ओंजळीने 'त्रिदल त्रिगुणाकारम्' हा मंत्र म्हणून पिंडीला वाहिला. ऊदकाडी पेटवून

'धूपं समर्पयामि' म्हणत त्यानी पिंडीला ओवाळले. कापूरआरतीमध्ये कापूर पेटवून त्यानी पिंडीला ओवाळले. नैवेद्यासाठी आणलेल्या नारळाखाली बोटाने पाण्याचा चौक करून त्याला हळद-कुंकू घालून त्यावर तो नारळ ठेवला. 'ॐ प्राणायस्वाहा' म्हणून शेवटी नारळाचा नैवेद्य दाखविला. आरतीची निरांजने पेटवून डाव्या हातात घंटा आणि उजव्या हातात आरतीचे तबक घेऊन शंकराची आरती मोठ्याने म्हणण्यास सुरुवात केली.

आरतीच्या आवाजाने त्या मुलाची तंद्री मोडली. त्याचे लक्ष एकाग्र मनाने आरती म्हणणाऱ्या हणमंत भटजींकडे गेले. आरती संपली. भटजींनी नारळ फोडला. त्यांनी त्या नारळाचे दोन तुकडे केले. एक वाटी त्यात हळद-कुंकू टाकून प्रसाद म्हणून घरी नेण्यासाठी तबकात ठेवली. उरलेली अर्धी वाटी खोबऱ्याचे तुकडे करून तो प्रसाद म्हणून वाटण्यासाठी ते उठले. मंदिराच्या मंडपात कोणी दिसते का म्हणून त्यांनी पाहिले; तो एक मुलगा एका खांबाला टेकून बसलेला त्यांना दिसला. आपल्या प्रसादाला निदान एक तरी वाटेकरी आहे, याचा त्यांना आनंद झाला.

त्या मुलाकडे पाहून हणमंत भटजी म्हणाले, ''ये, बाळ ये.'' तो मुलगा हणमंत भटजींच्या बोलावण्याप्रमाणे त्यांच्याकडे गेला आणि प्रसाद घेण्याकरिता त्याने हातांची ओंजळ केली.

त्या मुलाच्या मलूल चेहऱ्यावरील आर्त व तेजस्वी डोळे पाहून त्याच्या हातात दुप्पट खोबरे टाकीत हणमंत भटजीनी त्याला विचारले, ''बाळ, तुझं नाव काय?''

''एकनाथ माझं नाव. मला माझे आजोबा एकोबा म्हणतात. माझे मित्र मला एक्या म्हणून चिडवतात.''

''घरी कोण कोण आहे तुझ्या?''

''आजोबा आणि आजी.''

''काय नाव तुझ्या आजोबांचं?''

''पंडित चक्रपाणी म्हणतात त्यांना.''

''पंडित चक्रपाणींचा नातू तू?''

''होय.''

''मग तुमचं कुळ फार मोठं आहे.''

''होय. पण भटजीबुवा, एक विचारू का?''

''विचार.''

''केवळ कुळ मोठं म्हणून माणूस मोठा होतो का?''

''नाही. मनुष्य गुणांनी मोठा होतो. मोठ्या कुळात गुणवान होण्याची संधी मिळते,

म्हणूनच कुळाचा अभिमान ठेवायचा. एकोबा, मग चक्रपाणीजींनी तुझ्याकडून घरी अभ्यास करून घेतला असेल.''

''होय. खूपच अभ्यास करून घेतलाय. त्यांना आळस आवडत नाही. अभ्यासात आळस केला की, चांगलं ठोकून काढतात.''

''मग किती वेळा मार खाल्लास आपल्या आजोबांचा?''

''एकदाही नाही. कारण मी अभ्यास चुकविलाच नाही.''

''काय काय शिकविलंय तुला तुझ्या आजोबांनी?''

''रामायण, महाभारत, चार वेद आणि अनेक सुभाषितं.''

''मग वयाच्या मानानं चांगलंच पठण झालेलं आहे तुझं.''

''असं म्हणतात सगळे. पण...''

''पण काय एकोबा?''

''पठणानं माणूस ज्ञानी होतो; शहाणा होत नाही, संस्कारसंपन्न तर नाहीच नाही.''

''असं का म्हणतोस बाळ?''

''हे बघा, द्रोणाचार्यांनी कौरव-पांडवांना शिकविलं. कौरव दुष्टच राहिले ना? द्रौपदीची बेअब्रू करताना त्यांना काही लाज वाटली नाही?''

''अशा शंका आजोबांना विचारल्यावर मग ते काय उत्तर देतात?''

''त्यांना विचारण्याची सोयच नाही. फार रागीट आहेत ते. मी सगळ्या माझ्या शंका मनातच ठेवल्या आहेत.''

''एकोबा, तू केवळ ज्ञानवंत नाहीस तर विचारवंतही आहेस.''

''भटजीबुवा, तुम्ही द्याल का माझ्या शंकांना उत्तरं?''

एकोबाचे फार कौतुक वाटून, अर्धा तास ते दोघे चर्चा करीत बसले. एकोबाने हणमंत भटजींना निरुत्तर करून टाकले. एकोबाला वाटे की, परमेश्वराने सृष्टी निर्माण केली,

पशुपक्षी निर्माण केले, तसा मानव निर्माण केला. मग एक माणूस ब्राह्मण, दुसरा हरिजन का? सुखसमृद्धी ब्राह्मण, क्षत्रिय, वैश्य यांच्या वाट्याला का? त्या हरिजनांनी गुरासारखे का राबायचे? खरोखर देवाघरी हे पाप आहे आणि ते आम्ही सर्रास करतो आहोत. आपण ताटाजवळ मांजराला येऊ देतो, प्रेमाने त्याच्या पाठीवरून हात फिरवतो, त्याला दहीभात कालवून घालतो; पण हरिजनांची सावली आपल्या अंगावर पडताच ते पातक समजून आम्ही त्यांना निर्दयपणे शिक्षा करतो...

अशा वेळी एकोबाचे डोळे करुणेने भरून येत. हणमंत भटजींचेही डोळे भरून येत. त्याच शिवमंदिरात हणमंत भटजींच्या व एकोबाच्या दोन-चार भेटी झाल्या. हणमंत भटजींबरोबर विचारविनिमय केल्यावर एकोबास खांद्यावरचे ओझे कसे उतरल्यासारखे वाटे.

एकदा हणमंत भटजी एकोबाला म्हणाले, ''बेटा एकोबा, तू तुझ्या आजोबांपुढे बोलू शकत नाहीस. तुला योग्य उत्तर द्यायला माझ्याजवळ शब्द नाहीत. कुणीतरी एक चांगला गुरू करून त्याने तुला मार्गदर्शन करावे, असे मला वाटते.''

''मग भटजीबुवा, मी कुणाकडे जाऊन हात पसरू की, त्यांनी माझे गुरू व्हावे?''

''खरं सांगू, या पैठणात तरी मला तशी कोणी व्यक्ती दिसत नाही. अनेक ब्राह्मणांनी आपल्या घरी पाठशाळा चालविल्या आहेत. ते मनापासून शिकवीत असतीलही. पण काही झाले तरी...''

''भटजीबाबा, तुम्ही थांबलात का? बोला ना?''

''पोट भरण्यासाठी, विद्या विकण्याचा व्यापार चालविलाय त्यांनी. आज ब्राह्मण वैश्य झालाय. ही विषवल्ली आहे. तिला कधीच गोड फळं यावयाची नाहीत.''

''मग पैठणबाहेर असा आहे का कुणी एखादा महामानव?''

''जरूर आहे. पण मला शंका आहे...''

''कसली शंका आहे भटजीबाबा, तुम्हाला?''

''तू त्यांना गुरू मानशील; पण ते तुला शिष्य मानतील का याची.''

''ते काहीही असो. ते पवित्र नाव तरी माझ्या कानी पडू द्या.''

हणमंत भटजी काही बोलेनात. एकोबाने त्यांचे पाय घट्ट पकडले.

हणमंत भटजीनी एकोबाला उठविले. पाठीवरून हात फिरवीत ते त्याच्या कानात कुजबुजले, ''देवगिरीचे जनार्दनस्वामी!''

सूर्यनारायण आणि रुक्मिणी यांना पुत्ररत्नाची प्राप्ती झाली. नातू झाला म्हणून शास्त्री चक्रपाणीजींनाही आनंद झाला. वेळ, तिथी, महिना इ. पाहून सूर्यनारायणाने मुलाचे नाव 'एकनाथ' ठेवले. काही दिवसांतच सूर्यनारायण व रुक्मिणी निधन पावले आणि मूळ नक्षत्रावर जन्माला आलेल्या या मुलाने ज्योतिषशास्त्र खोटे नसते, हे सिद्ध करून दिले. असे असले तरी मुलगा घराण्याचे नाव काढील. लोकांच्या प्रेमादराला पात्र होईल, अशी ज्योतिष्याची भविष्यवाणी चक्रपाणीजींना अधिक खरी वाटली. पुत्रशोक त्यांनी आवरता घेतला. एकनाथाला अधिकाधिक विद्यासंपन्न करण्याचा निश्चय केला.

एकनाथाची मुंज चक्रपाणीजींनी मोठ्या थाटात केली. चक्रपाणीजींचे वृद्धत्व आणि एकनाथाचे बालपण यांतील तफावत मुंजीला आलेल्यांच्या नजरेतून सुटली नाही. वंशाची वेल लावणारा म्हणून एकनाथाच्या विद्येवर पराकाष्ठेचे परिश्रम घेण्यास चक्रपाणीजींनी सुरुवात केली. ते त्याला भल्या पहाटे उठवीत. स्वत:बरोबर आंघोळ घालीत आणि दोन तास संध्येला बसवीत. जेवणानंतर थोडी विश्रांती झाल्यावर पुन्हा ते त्याला घेऊन बसत. पुन्हा पठण सुरू होई.

एकनाथ बारा वर्षांचा होईपर्यंत वेद, उपनिषदे यांच्यातील सार तसेच पंचमहाकाव्यांतील रामायण, महाभारत चक्रपाणीजींनी करवून घेतले. आजोबांची कर्तव्यकठोरता पाहून एकनाथाची त्यांच्यावरील प्रीती, भक्ती यांबरोबर भीतीही वाढत होती. शिकता शिकता शंकेचे काहूर एकनाथाच्या डोक्यात उठे. त्यांच्यात चर्चा होई.

एकनाथाने एकदा त्यांना विचारले, "आजोबा, पंचमहाकाव्यातली तुम्ही रामायण, महाभारतच का निवडलीत?"

"अरे एकोबा, त्याचं असं आहे, आपलं जीवन संकटांना तोंड देऊनही माणसं कशी जगतात याचा रामायण ग्रंथ आदर्श आहे."

"म्हणजे कसा?"

"दशरथ हा आदर्श पिता आहे. प्रसंगी प्राण गमावूनही तो वचनाला जागला. राम आदर्श राजा आहे. सीता पतिव्रता आहे, हे ठाऊक असूनही प्रजेच्या शंकासमाधानासाठी त्यानं सीतेला दोनदा अग्निदिव्य करायला लावलं. लक्ष्मण हा आदर्श भाऊ आहे. रामाच्या रक्षणासाठी त्यानं रामाबरोबर चौदा वर्षं वनवास भोगला. भरत हाही आदर्श भाऊ आहे. त्यानं राज्यलोभ न बाळगता रामाच्या पादुकांची पूजा केली. अयोध्येचं राज्य रामाच्या अनुपस्थितीत चालविलं."

"आणि महाभारताची निवड का बरं केलीत?"

"उघडच आहे. महाभारत हा अलौकिक ग्रंथ भागवताबरोबर महर्षी व्यासांनी लिहिला. प्रत्येक माणसात गुण असतात आणि दोषही असतात. संयमाच्या अभावाने केवढा सर्वनाश ओढवतो, हे महाभारत वाचून समजते. महाभारत हा अधिक व्यावहारिक, तर रामायण हा अधिक आदर्शस्वरूपी ग्रंथ होय."

एकनाथ हे सर्व ऐकून घेई आणि त्याच्या मनात नव्या नव्या शंका काहूर करीत. तो सर्व शंका आजोबांना विचारायचा. कधीकधी म्हणायचा, "आजोबा, हे मला बिलकूल पटत नाही."

"पटत नाही तर गप्प बैस. असल्या वेड्यासारख्या शंका पुन्हा विचारू नकोस."

आजोबांचा कोप कसा असतो, हे एकनाथाला माहीत होते. म्हणून पुन्हा मनाला अस्वस्थ करून टाकणाऱ्या शंका त्यानं कधीही चक्रपाणीजींना विचारल्या नाहीत.

लवकरच चक्रपाणीजींनी एकनाथाला सांगितले, "जितकी विद्या तुला देणं मला शक्य झालं तेवढी दिली; आता पुढचे पुढे तूच पाहिले पाहिजेस. हुशार आहेस. तू आपल्या पायावर उभं राहायला हवं."

चक्रपाणीजी आपल्या व्यापात असत. एकनाथाकडे लक्ष देण्याची त्यांना आवश्यकताही वाटली नाही. असेच काही दिवस गेले. नेहमीप्रमाणे शिवमंदिरात गेलेला एकनाथ परत आला नाही. दोन दिवस त्याची वाट चक्रपाणीजींनी पाहिली. अखेर त्यांनी त्याची शोधाशोध सुरू केली.

इकडे हणमंत भटजींच्या सूचनेने उल्हसित झालेला एकनाथ त्या संध्याकाळी घरी परत न येता देवगिरीच्या दिशेने निघून गेला.

पैठणच्या बाहेर निसर्गरम्य प्रदेशातून एकनाथ प्रथमच जात होता. रमणीय निसर्ग पाहून त्याच्या मनात आले, की निसर्गापुढे मानव किती तुच्छ आहे! निसर्ग परमेश्वराच्या रूपाने भरून राहिला आहे. खळखळ वाहणारे ओढे, फुललेल्या लतावेली, त्यांच्यावरून वाहत येणारा सुगंधी वारा एकनाथाला सुखवीत होता. मन निश्चयी असेल, तर ते शरीराला कसे सांभाळते हे एकनाथाने अनुभवले. अहोरात्र चार दिवस अन्नाविना मिळेल ते पाणी पीत आणि सकाळ-संध्याकाळ स्नान करीत घालवले.

चौथ्या दिवशी सकाळी तो देवगिरी किल्ल्याच्या पायथ्याशी आला. तेथे एक लहानसे शिवालय होते. त्या शिवालयाच्या शेजारी एक पडकी धर्मशाळा होती. त्या धर्मशाळेत भगव्या कफन्या परिधान केलेले दोन गोसावी त्याला दिसले. त्यांच्यातील एक कोवळा

तरुण, तर दुसरा प्रौढ होता. ते प्रौढ म्हणजेच जनार्दनस्वामी असे समजून एकनाथ त्यांच्याकडे गेला. त्यांना नमस्कार करून तो म्हणाला, ''आपणापैकी जनार्दनस्वामी कोणते बरे?''

''बेटा, अरे जनार्दनस्वामी आम्ही कसे असू? म्हणजे तुला काहीच माहीत नाही असं दिसतं.''

''म्हणजे?''

''बेटा, जनार्दनस्वामी त्या गडाचे किल्लेदार आहेत. ते असल्या पडक्या धर्मशाळेत कसे बरं राहतील?''

''तो त्या गडाच्या उत्तरेकडे दिमाखदार वाडा दिसतो ना, तो जनार्दनस्वामींचा. तेथे राहतात ते.''

पुढले काही न ऐकता त्या गोसाव्यांना अर्धवट रामराम ठोकून जनार्दनस्वामींच्या वाड्याच्या दिशेने एकनाथ चालू लागला. हातांत भाले घेतलेले दोन पहारेकरी गप्पा ठोकीत आहेत, हे पाहताच उत्साहाने भरलेला एकनाथ वाड्याच्या दिशेने धावू लागला. तो वाड्याजवळ आल्यावर त्या पहारेकऱ्याने त्याला हटकले. एकनाथ विनम्रपणे त्यांना म्हणाला, ''किल्लेदार जनार्दनस्वामी इथेच असतात ना? त्यांचाच हा वाडा ना?''

"होय. पण तुझं काय काम आहे त्यांच्याकडे?"

"मला त्यांना भेटायचं आहे, एका अत्यंत जरुरीच्या कामासाठी."

"ते भेटायचे नाहीत. जा, दोन तासांनी ये."

"का भेटायचे नाहीत? दोन तास मी इथंच बसून राहीन."

वाड्यातल्या पडवीवरून एक मंगल माता हा संवाद ऐकत होती. तिने त्या पहारेकऱ्यांना हुकूम केला, "गोविंदा-गोपाळा, त्या पोराला आत पाठवून द्या."

गोविंदा-गोपाळा चमकले आणि त्यांनी एकनाथाला आत सोडले. माताजी त्याला म्हणाल्या, "ये बाळ, बैस असा. काय तुझं नाव?"

"एकनाथ."

"कुठून आलास?"

"पैठणहून."

"घरचं आणखी कोण बरोबर आहे?"

"कोणीच नाही."

"मग एकटाच कसा आलास?"

"माताजी, देवाने दोन पाय दिले आहेत. चालत आलो."

माताजी चमकल्या. त्यानी एकनाथाकडे रोखून पाहिले. एकनाथाच्या तेजस्वी डोळ्यांनी त्याना भुरळ पाडली. त्या म्हणाल्या,

"बाळ, आंघोळ झाली का?"

"झाली."

"कुठे आणि केव्हा?"

"काल संध्याकाळी एका ओढ्याकाठी."

त्या माउलीने एकनाथाला स्नानासाठी गरम पाणी दिले. पोटभर खायला घातले. स्वामीजी गुरुपादुकांची पूजा करण्यासाठी गेले आहेत, परतायला एक तासभर तरी लागेल, असे सांगितले.

त्याच्या मनाला एकच ध्यास लागून राहिला होता; तो म्हणजे केव्हा एकदा स्वामीजींचे दर्शन होईल.

किल्लेदारीणबाईंना नम्रतापूर्वक अभिवादन करून बुरुजाच्या तटाकडे एकनाथ गेला. एकनाथ तेथे गेला. त्याने पाहिले की, गुरुपादुकांची पूजा करीत बसलेला तो महान तेजस्वी पुरुष, धिप्पाड देहाचा, बलदंड शरीराचा, रेशमी पीतांबर नेसलेला म्हणजे नक्कीच

जनार्दनस्वामी असावेत. एकनाथाच्या मनात शंका आली की, हे जनार्दनस्वामी, हे असे कसे? जनार्दनस्वामींकडे दृष्टी लावून एका दगडावर एकनाथ बसला.

स्वामीजी ध्यानस्थ बसले होते. एकनाथाला एक-एक क्षण म्हणजे एक-एक प्रहर वाटत होता स्वामीजींनी त्याच्याकडे दृष्टिक्षेप टाकला. एकनाथ उठला. पण त्यांचे ते दिव्य शरीर, तेजस्वी मुद्रा पाहून एकनाथाची पावले धीमी पडत होती.

कुतूहलाने त्याच्याकडे पाहत स्वामीजी म्हणाले, ''पोरा, कोण तू? तुझं नाव काय?''

''मला एकनाथ म्हणतात.''

''कुठून आलास तू?''

''पैठणहून.''

''घरी कोण कोण आहेत?''

''आजोबा, आजी आणि एक नोकर.''

''काय बरं नाव तुझ्या आजोबांचं?''

''शास्त्री चक्रपाणी म्हणतात त्यांना.''

''अरे, त्या चक्रपाणींचा तर तू नातू नव्हेस?''

''कोणत्या चक्रपाणींचा स्वामीजी?''

''ज्या भानुदासांनी स्वत:च्या तपस्येच्या जोरावर पंढरीच्या पांडुरंगाला प्रसन्न करून घेऊन त्याची पंढरीत स्थापना केली, त्यांचा विद्वान मुलगा चक्रपाणी म्हणतो मी.''

''स्वामीजी, तेच चक्रपाणी आणि त्यांचा मी नातू.''

"मग ऐकलं ते खरं आहे का?"

"काय ऐकलंत आपण स्वामीजी?"

"मूळ नक्षत्रावर मुलगा जन्माला आला आणि जणू मरणाचे आमंत्रणच त्याने आई-वडिलांना दिले. सूर्यनारायण आणि रुक्मिणी इहलोक सोडून गेले आणि त्या अभागी पोराची जबाबदारी वृद्धत्वात चक्रपाणीजींवर येऊन पडली."

"होय स्वामीजी. तो अभागी पोर म्हणजे मीच. हा एकनाथ."

"तू इथे कशाला आला आहेस?"

"आपल्या चरणांशी रुजू व्हायला. आपली सेवा करायला."

"वेडा रे वेडा. अरे, माझी सेवा करून तुला काय मिळणार आहे?"

"ज्ञान."

"ज्ञान?"

"होय. आपली सेवा करून आपण ती गोड मानून घेतलीत, म्हणजे मला ज्ञान मिळाल्यासारखे होईल."

"आजोबांना विचारलेस का?"

"नाही. अलीकडे ते माझ्याशी धड बोलतही नाहीत."

"का बरं?"

"माझ्या शंका त्यांना आवडत नाहीत."

"कसल्या तुझ्या शंका?"

एकनाथने आजोबांना विचारलेल्या सर्व शंका स्वामीजींना निवेदन केल्या.

त्या शंका ऐकून स्वामीजी प्रसन्न झाले. एकनाथ मोठा स्वतंत्र बुद्धीचा, विचार करणारा, तेजस्वी मुलगा दिसतो हे त्यांच्या लक्षात आले. एकनाथाचा विलक्षण हट्ट पुरा करण्यासाठी त्यांनी त्याला आपल्याजवळ ठेवून घ्यायचे ठरविले.

जनार्दनस्वामींकडे एकनाथाने राहावे, दोन वेळ जेवावे, अध्ययन करावे व फावल्या वेळेत जरूर ती चार कामे करावीत, असे ठरले होते. एकनाथ रोज सकाळी लवकर उठून स्नान करून देवघरात पूजेची सर्व जय्यत तयारी करून ठेवत असे.

उठल्यावर एकनाथ त्यांचे आंघोळीचे पाणी काढी. जनार्दनस्वामी किल्लेदार होते, म्हणजे लढवय्ये होते. युद्धात त्याना झालेल्या जखमांचे वण एकनाथाच्या नजरेतून सुटले नाहीत. तो डाळीच्या मऊ पीठाने त्यांची पाठ चोळून देई. स्नान झाल्यावर पूजेला जाता जाता ते एकनाथाला म्हणत, ''अरे एकनाथा, किती करतोस? आणि हे कशासाठी?''

''माझ्या समाधानासाठी.''

मग जनार्दनस्वामी काही बोलत नसत.

पूजा आटोपल्यानंतर जनार्दनस्वामी नाश्ता करीत. नाश्त्याला एकनाथाला बरोबर घ्यायला ते कधीही विसरले नाहीत. प्रथम प्रथम एकनाथ संकोचून जाई; पण पुढे पुढे तो गुरुप्रसाद मानून भक्षण करी. जनार्दनस्वामी नंतर देवगिरी किल्ल्यावर फेरफटका करायला जात. तबेल्यातून घोडा वाड्यासमोर आणणे, घोड्यावर जीन टाकणे हीदेखील कामे एकनाथ करू लागला.

जनार्दनस्वामी म्हणत, ''एकोबा, आम्ही जाऊन येतो. तू आता तुझा अभ्यास करीत बैस.''

जनार्दनस्वामी 'एकोबा, अध्ययन कर' असे म्हणून गेले असले तरी, तसा काही करावयाचा अभ्यास त्याचा शिल्लकच राहिला नव्हता. प्रात:कालच्या फेरफटक्याला स्वामीजी गेले असताना एके

दिवशी वाड्याच्या सरकारकुनाला एकनाथाने विचारले, "क्षमा करा, देशपांडेजी."

"काय म्हणताय एकनाथपंत?"

"अहो सरकारकून, माझ्यासारख्या पोराला तुम्ही पंत आणि अहो-जाहो काय संबोधता?"

"अहो, मोठेपण वयावर अवलंबून असत नाही. स्वामीजींच्या मर्जीतले तुम्ही. म्हणजे तुम्ही खूपच मोठे. असं आपलं आमचं गणितच आहे. साऱ्या देवगिरीत तुमच्या तोडीचा निष्ठावंत आढळणं कठीण."

मला सांगा "अहो, हा स्वामींचा फेरफटका कशासाठी?"

"गोरगरिबांची विचारपूस करण्यासाठी. अन्नअधिकाऱ्याकडून कुणावर अन्याय झाला असल्यास त्याच्या परिमार्जनासाठी, कुणी आजारी असल्यास त्याच्या उपचाराच्या व्यवस्थेसाठी. अहो पंत..."

"पोथी-पुराणात आम्ही देवाचं वर्णन वाचलं. मूर्ती पाहिल्या आहेत, पण डोळ्यानं काही देव पाहिला नाही."

"तो दिसतच नाही तर तुम्ही पाहणार कसे?"

"अहो पंत, हे काय आम्ही तुम्हाला सांगायला हवे? देव माणसाच्या रूपानं वावरतो. जग त्यांना देवमाणूस म्हणतं. जनार्दनस्वामी हे एक देवमाणूस आहेत."

सरकारकुनांचे म्हणणे एकनाथाला तंतोतंत पटले.

पुढे पुढे तर एकनाथ जनार्दनस्वामींच्या शेजारी सावलीसारखा वावरू लागला. हरकामात त्याना मदत करू लागला. तक्रारी ऐकणे, निवाडा करणे, कमी पीक आल्यास सारा माफ करणे इ. नाना

प्रकारची कामे अत्यंत शांतपणे आणि न्याय्य बुद्धीने जनार्दनस्वामी उरकीत. असे असूनही त्यांची ध्यानधारणा, पूजाअर्चा ह्यांत खंड पडला नाही. जनार्दनस्वामी एकनाथाच्या दृष्टीने एक निष्काम कर्मयोगी होते. आपणही असे निष्काम कर्मयोगी व्हायचं, असा निश्चय एकनाथाने मनोमनी केला.

पंधराव्या शतकाच्या त्या काळात छोटी छोटी राज्ये होती. सुरक्षिततेसाठी एखाद्या किल्ल्याचा आश्रय करून फौजफाटा ठेवून ती राज्ये आपले संरक्षण करीत. प्रसंगी संकटात सापडलेले एखादे दुबळे राज्य मिळविण्यासाठी कुरापती काढीत, आक्रमण करीत. जनार्दनस्वामींच्या किल्लेदारीबद्दल तसा इतरांना वचक असे; पण एकदा ध्यानाला बसले म्हणजे त्यांना भान राहत नसे.

शेजारच्या राजाला देवगिरीवर स्वारी करण्याची हुक्की आली. त्याने फौजेला इशारा दिला, 'रात्रीच किल्ल्याखाली दबा धरून बसा, पहाटे चढाई करा आणि जनार्दनस्वामींची पूजाअर्चा, ध्यानधारणा होईपर्यंत गड ताब्यात घ्या आणि मग स्वामीजींना गिरफ्तार करून आणा.'

...आणि तो दिवस उजाडला. पूजाअर्चा आटोपून जनार्दनस्वामी तटाकडील पादुकांची पूजा करण्यासाठी, तेथे ध्यानस्थ बसण्यासाठी गेले.

स्वामीजींची तंद्री लागली. शेजारी एकनाथ होता आणि तेथे दोन सैनिक धावत धापा टाकीत आले. स्वामीजींची समाधी भंग पावू नये म्हणून एकनाथ धावत त्या सैनिकांकडे गेला. एकनाथाने विचारले,

"काय गडबड आहे? आणि असे घाबरलात का?"

"पंत, घात झाला, घात झाला."

"अरे, पण काय झाले?"

"रात्री गडाच्या पायथ्याला दबा धरून बसलेले शत्रुसैन्य उत्तर दरवाजावर टकरा घेत आहे. मोठ्या पराकाष्ठेने दरवाजा बंद करून दार उघडू न देण्याची शर्थ करीत आहोत, पण निभाव लागेल असे वाटत नाही."

"मग काय करावं म्हणता?"

"स्वामीजींना समाधीतून जागे करा. ते पटकन अश्वारूढ होऊन आपल्या सैनिकांना धीर देतील तर गड वाचेल."

एकनाथाने क्षणभरच विचार केला. तो म्हणाला, "चला." त्या दोन सैनिकांचा नाइलाज झाला. एकनाथ वाड्यावर आला. जनार्दनस्वामींचा युद्धाचा पोशाख त्याने

परिधान केला आणि घोड्यावर बसून शत्रूचे आक्रमण मोडून काढण्यासाठी चालला. एकनाथाला पाहून देवगिरीच्या फौजेला वीरश्री चढली. एकनाथाने हुकूम केला, ''दरवाजा उघडा. शत्रूला आत येऊ द्या. आपण त्याच्याशी चार हात करू. देवाचं नाव घ्या आणि शत्रूवर तुटून पडा. विसरू नका की, तुमच्या पाठीमागे देवाचे लाडके, तुमचे त्राते, आधार जनार्दनस्वामी आहेत.''

खणाखणी सुरू झाली. क्रौर्य व शौर्य यांच्यात शेवटी शौर्य विजयी झाले. क्रौर्य गिरफ्तार झाले. पन्नास शेलके शत्रुसैनिक पकडले गेले व बाकीचे पळून गेले. अटक झालेले सैनिक घेऊन एकनाथ जनार्दनस्वामींकडे आला. गुरुपादुकांसमोर ध्यानस्थ बसलेल्या जनार्दनस्वामींची समाधी लागलेलीच होती. एकनाथ आणि बंदिवान थोडा वेळ तेथे थांबले. स्वामीजींची ध्यानधारणा संपली. एकनाथाचा पोशाख पाहून त्याना कौतुक वाटले व बांधून आणलेले पन्नास शत्रुसैनिक पाहून त्याना अचंबा वाटला.

एकनाथ काहीतरी सांगणार इतक्यात स्वामीजींनीच विचारले,

''अरे एकोबा, त्या लोकांना असं बांधून का ठेवलं आहेस?''

एकनाथाने सारी हकिगत निवेदन केली. सर्व कैदी घाबरून गेले होते. आता किल्लेदाराच्या हुकमाने आपल्याला तोफेच्या तोंडी दिले जाणार, अशी सर्वांची खात्री होती. जनार्दनस्वामींनी हुकूम सोडला,

''एकनाथा, अरे ह्या माझ्या बांधवांची केविलवाणी तोंडं मला पाहवत नाहीत.''

स्वामीजींच्या आज्ञेने युद्धकैद्यांना एकनाथाने मोकळे केले.

स्वामीजींनी सांगितले,

''बाबांनो, एकदा सुटलात ह्या एकनाथाच्या कृपेनं. पुन्हा असं करू नका. दुसरं कुणी तुम्हाला असं सोडणार नाहीत. ज्याच्या मागं देव आहे त्याचं कुणी काही करू शकत नाही, हे लक्षात ठेवा आणि चालू लागा.''

मुक्त झालेल्या सर्व शत्रुसैनिकांना एक अभिनव अनुभव आला. जनार्दनस्वामींच्या आणि एकनाथाच्या पायांना वंदन करून ते म्हणाले,

''क्षमा करा. फार मोठी चूक आमच्या हातून झाली. आम्ही आता तुमचे शत्रू नाही, मित्र आहोत. केव्हाही सेवेची हाक द्या. तत्परतेनं हजर होऊ.''

शत्रुसैनिक निघून गेले. त्यांच्या बंदोबस्तासाठी आलेले देवगिरीचे सैनिकही आपापल्या मुक्कामाला गेले. तेथे उरले दोघेच.

एकनाथ आणि जनार्दनस्वामी.

दोघे वाड्याकडे चालले. स्वामीजी एकनाथाला म्हणाले, ''बाबा एकोबा, तू आज आमची लाज राखलीस.''

''स्वामीजी, ही तर त्या देवाची कृपा. तुमच्या पुण्याईनं मला बळ आलं. तुमची पुण्याई म्हणूनच यश आलं.''

एकनाथाचे उद्‌गार ऐकून जनार्दनस्वामींनी स्मितहास्य केले.

त्या काळी छोट्या छोट्या राज्यांमध्ये काही मुसलमानी राज्येही होती. या मुसलमान बादशहांना कळून चुकले होते की, प्रजेची म्हणजे हिंदूंची मर्जी संपादन केल्याशिवाय आपले राज्य सुरळीत चालणार नाही. पुष्कळ शूर आणि कर्तबगार हिंदू लोकांची मोठ्या मोठ्या अधिकारपदांवर ते नेमणूक करीत. त्यांतल्या एखाद्या हिंदूने चांगला कारभार हाकला तर ते त्याचा जाहीर गौरव करीत.

देवगिरीचा किल्ला तसा दौलताबादेच्या सुलतानाच्या राज्यातला. जनार्दनस्वामींची असामान्य योग्यता व धर्मबुद्धी पाहून देवगिरीचे किल्लेदार म्हणून त्यांची नेमणूक सुलतानाने केली होती. किल्ल्याच्या आसपासच्या वीस खेड्यांवर स्वामीजींची हुकूमत असे. ते न्याय्य बुद्धीने प्रजेच्या कल्याणासाठी झटत. छोट्या-मोठ्या अनेक तापदायक कटकटी निर्माण होत; पण स्वामीजींचा, संयम आणि चेहऱ्यावरील प्रसन्नता कधीही ढळली नाही.

अलीकडे स्वामीजींनी एकनाथाला आपला म्हणून मानले होते. ते त्याची परीक्षा घेत होते. एकनाथ कसोटीला उतरत होता. स्वामीजींच्या सर्व कामांत 'गुरुसेवा' समजून तो त्यांना मदत करीत होता. पुढे पुढे तर स्वामीजींना उपासना कार्याला अधिक वेळ मिळावा म्हणून बरीचशी किरकोळ कामे एकनाथ परस्पर करून टाकीत असे. सायंकाळी भोजनसमयी तो त्या कामांचे इतिवृत्त स्वामीजींना देत असे. स्वामीजींच्याकडून कायमच शाबासकी मिळवीत असे.

देवगिरी किल्ल्याच्या आर्थिक व्यवहारावर एक सरकारकून होता. तो म्हातारा झाला होता. जनार्दनस्वामींकडे गेली दोन वर्षे तो निवृत्ती मागत होता. एके दिवशी त्यानी सरकारकुनाला बोलावून घेतले. सरकारकून भिकाजीपंत स्वामीजींना म्हणाले, ''आज अकस्मात बरं बोलावणं केलंत?''

''थांबा, सांगतो. एकनाथ येऊ द्या.''

पाठीमागून एकनाथाचा आवाज आला, ''स्वामीजी, मी इथं आहेच.''

''छान, छान! भिकाजीपंत, तुम्हाला समाधान देणारी गोष्ट मी आज करणार आहे.''

''कोणती स्वामीजी?''

''तुम्हाला सन्मानपूर्वक निवृत्ती देण्याची. तुमचा चरितार्थ योग्य चालावा म्हणून पाच बिघे जमीन तुम्हाला इनाम म्हणून देण्यात यावी, अशी सुलतानाकडून मिळविलेली मंजुरी आजच हाती आली आहे. एकनाथाकडून सनदा लिहून घ्या.''

''स्वामीजी, लहान तोंडी घास घेतल्याची क्षमा करा.'' एकनाथ म्हणाला, ''भिकाजीपंतांसारखा एकनिष्ठ आणि कार्यक्षम सेवक मिळणे अवघड. दुसरा योग्य मनुष्य मिळेपर्यंत भिकाजीपंतांना सेवानिवृत्ती देण्यात येऊ नये.''

''एकनाथ, अरे, तसा इसम पाहिल्यावाचून का आम्ही यांना सेवामुक्त करू?''

''मग बोलवा ना त्या दुसऱ्या सेवकाला.''

''तो सेवक इथे उपस्थित आहे.''

एकनाथ एकदम चमकला. स्वामीजींच्या चेहऱ्यावर स्मितहास्य होते. ते म्हणाले,

''एकनाथा, भिकाजीपंतांची जागा आजपासून तू सांभाळावयाची आहेस. आजपासून तू आमचा खजिनदार झाला आहेस.''

भिकाजीपंतांना सहीशिक्क्याच्या मानाच्या सनदा आणि मानाचे जरीकाठी उपरणे देण्यात आले.

अत्यंत तरुण असणाऱ्या एकनाथाकडे आर्थिक व्यवहाराचे अधिकारपद सोपविलेले पाहून, ऐकून देवगिरीच्या प्रजाजनांना आनंद झाला. ती जागा आपल्याला मिळावी म्हणून कोणीही सुलतानाकडे चुगली केली नाही.

स्वामीजींनी एकनाथाला बरोबर घेऊन सर्व कुळांच्या गाठीभेटी घालून दिल्या आणि कुळांच्या सहकार्याने एकनाथी कारभार सुरू झाला. एकनाथाच्या सचोटीच्या कारभारामुळे प्रजाजन त्याच्याबद्दल प्रेम बाळगीत. त्या काळात मधूनमधून लहानसहान दुष्काळ पडे, तेव्हा धनिक जमीनदारांकडून उसनवारीने धान्य घेऊन तो परस्पर गोरगरिबांना वाटून टाकीत असे आणि वर्षभरातच योग्य पीक आले की, उसनवारी फेडून टाकीत असे.

ती पौर्णिमेची रात्र होती. आकाश निरभ्र होते. पिठासारखे स्वच्छ चांदणे पडले होते. चंद्र काहीसा वर आला होता. स्वामीजी म्हणाले, ''एकनाथा.''

''काय स्वामीजी?''

''थंडीतल्या पौर्णिमेच्या रात्री सहलीचा आनंद कधी उपभोगला आहेस काय?''

''नाही स्वामीजी, नाही.''

"मग चल. घटकाभर सहल करून येऊ या."

"पण घटकाभरच हं."

"घटकाभरच हं." हे एकनाथाचे उद्‌गार स्वामीजींना खटकले; कारण आजपर्यंत एकनाथ स्वामीजींच्या प्रत्येक गोष्टीला होकार देत आला होता. आजच्याप्रमाणे त्याने कधी अट घातली नव्हती. पण या गोष्टीवर स्वामीजींनी फार विचार केला नाही. एकनाथाला घेऊन ते त्या रात्री वाड्याबाहेर पडले आणि चांदण्यांच्या सान्निध्यात एकनाथापाशी काव्य, शास्त्र, विनोद करीत घटकाभरात परत आले.

इतके दिवस स्वामीजींच्या सान्निध्यात राहून स्वामींची विद्वत्ता आणि रसिकता एकनाथाच्या कधीच लक्षात आली नव्हती, ती आज आली म्हणून त्याला धन्यता वाटली.

ते दोघे परत आल्यावर थंड पाणी पिऊन झोपी गेले.

असे चार तास गेले असतील. शेजारच्या खोलीतून एका टाळीचा आवाज स्वामीजींच्या कानी आला. ते जागे झाले. त्यांनी दिवा मोठा केला आणि पाहतात तो एकनाथ आपल्या अंथरुणावर नाही. ज्या खोलीतून आवाज आला तिकडे स्वामीजी वळले. खोलीच्या दाराला आतून काही कडी घातलेली नव्हती.

त्यांनी हळूच दार उघडले. खोलीत पाऊल टाकले. इतक्यात पहाटे कोकिळेने कुहू कुहू केले. कोकिळेचा आवाज ऐकून एकनाथाच्या तोंडून उद्‌गार निघाले,

''आता घटकाभर समाधानाने झोपायला हरकत नाही.'' पाठीमागे उभे असलेले स्वामीजी पुढे आले. एकनाथाच्या खांद्यावर त्यानी प्रेमभराने हात ठेवला. हाताचा स्पर्श प्रेमळ होता तरी एकनाथ दचकला आणि मागे वळून स्वामीजी आहेत, हे पाहून खूपच संकोचला. एकनाथ म्हणाला,

''स्वामीजी, क्षमा करा.''

''पण एकनाथा, मला अगोदर हे सांग की, इतक्या रात्रभर पहाट होईपर्यंत जागून या हिशेबाच्या वह्या पसरून तू काय करीत होतास?''

''स्वामीजी, ताळ्यामागून ताळा करून पाहिला, पण चूक सापडत नव्हती.''

''कितीची चूक होती?''

''एका पैशाची.''

''अरे, मग त्याची कशाला काळजी करायची?''

''नाही. स्वामीजी, असं करून कसं चालेल? चूक एका पैशाची असो नाही तर लाखाची असो. चूक म्हणजे चूकच. अखेर सापडली बघा. किती समाधान वाटलं मनाला म्हणून सांगू?''

''अस्सं, मग तू जी मोठ्यांदा टाळी वाजवलीस ती ह्या समाधानाची होती तर!''

''होय स्वामीजी.''

''एकनाथा...''

''काय स्वामीजी? तुम्ही असे गंभीर का झालात?''

''या आकडेमोडीत तू तुझा वेळ घालविलास. एकाग्रतेने, चिकाटीने तू चूक शोधून काढलीस. अशी आणि एवढी भक्ती तू त्या दत्ताची केली असतीस...''

''दत्ताची?''

''होय. बुरुजाजवळच्या तटालगतच्या त्या जागृत दत्ताची, तर तो तुला कधीच पावला असता.''

''गुरुदेव,'' एकनाथ नम्रभावाने म्हणाला, ''पावेल का हो मला तो तुमचा जागृत दत्त?''

''अवश्य. का नाही पावणार?''

एकनाथाच्या मनामध्ये स्वामीजींचे ते उद्‌गार सतत घुमत होते, ''अवश्य, तुला दत्त का नाही पावणार?''

दिवसांमागून दिवस जात होते. स्वामीजींच्या वाड्यात स्वामीजींची भावभक्ती व अधिकार ऐकून गुणवंत पुराणिक, प्रवचनकार, कथेकरी आपली हजेरी लावून जात. सारे कसे अगदी आपल्या आख्यानात दंग होत. जणू त्यांच्यामध्ये स्पर्धा चाले की, आपल्या कथनावर स्वामीजी प्रसन्न व्हावेत. हीच मोठी बिदागी असे समजून तेथील सगळे उपक्रम होत. एकाग्र मनाने एकनाथ स्वामीजींच्या पायांजवळ बसून सारे काही ऐके. स्वामीजींच्या वाड्यात कोणालाही मज्जाव नसे. ब्राह्मण, क्षत्रिय, वैश्य, शूद्रही, मुसलमान असे सर्व जण येत. तेथे धर्मभेद नव्हता, जातिभेद नव्हता, पंथभेद नव्हता.

असेच एकदा पुराणिकाचे पुराण संपल्यावर आरती झाली आणि सभा विसर्जन पावली. नंतर एकनाथ स्वामीजींना म्हणाला, ''स्वामीजी, काय आश्चर्य पाहा!''

''कसले आश्चर्य?''

''पैठणात मी कथापुराणे ऐकली; पण सांगणारे ब्राह्मण भेदभावाने भरून गेले होते. ते महारांनासुद्धा आपल्या सभेला मज्जाव करीत; मग मुसलमानांची तर गोष्टच नको.''

''अरे एकोबा, ब्राह्मण काय, महार काय, मुसलमान काय, सगळ्यांचा येण्याचा आणि

जाण्याचा मार्ग एकच आहे. हे सारे भेद खोटे आहेत. कुणीतरी जगाला हे ओरडून सांगायला हवं. मला उमेद आहे...''

''कसली स्वामीजी?''

''हे काम तू करशील. करशील ना एकोबा?''

''आपली इच्छा असेल, आपली कृपा असेल तर करणारा मी कोण? माझ्या हातून ते सहज घडून जाईल. आपण नव्हता का म्हणालात एकदा...''

''काय म्हणालो होतो?''

''एकनाथा, तुझ्यावर गुरुमाउली प्रसन्न होतील.''

''हो, हो. चल, थोडा फेरफटका करून येऊ.''

स्वामीजी आणि एकनाथ बुरुजाजवळच्या तटाकडे गेले. दत्ताच्या जागृत पादुकांजवळ ते जाऊन बसले. स्वामीजींनी डोळे मिटून त्या पादुकांना नमस्कार केला. एकनाथानेही त्यांचे अनुकरण केले. एकनाथाने डोळे उघडले; परंतु स्वामीजी डोळे मिटून भावसमाधीत दंग होऊन गेले होते. म्हणून तो काही बोलला नाही. त्याने इकडेतिकडे पाहिले. दूरवर त्याला एक मनुष्य बुरुजाच्या दिशेने येत असलेला दिसला. अस्ताव्यस्त केस, जाडसे वस्त्र अंगाभोवती गुंडाळलेले, मागून एक कुत्री आणि तिच्यामागून तिची दोन-तीन पिल्ले येत आहेत, असे ते दृश्य होते. एकनाथ मनात म्हणाला की, अशी रात्री अवेळी ही माणसे फिरतात आणि भोळ्या बायका, मुलं यांना भितात. मग सगळ्यांना सांगत सुटतात की, बुरुजाकडे एक भूत दिसले म्हणून.''

इतक्यात स्वामीजींची समाधी उतरली. स्वामीजी म्हणाले, ''एकनाथा, फार वेळ तर झाला नाही? चल जाऊ वाड्याकडे.''

ते दोघे वाड्याकडे जाऊ लागले. चालता चालता एकनाथ म्हणाला, ''स्वामीजी, तुम्ही डोळे मिटलेले असताना मी एक भूत पाहिले.''

''भूत?'' स्वामीजींनी कौतुकाने व आश्चर्याने विचारले.

''पिंजारलेले केस, पांघरलेले काळपट जाड वस्त्र, मागून एक मरतुकडी कुत्री आणि तिच्यामागून तिच्याहून तीन मरतुकडी पिल्ले येत आहेत तटाच्या दिशेनं.''

''अरे एकनाथ, आपण तिथं थांबायला हवं होतं.''

''का बरं?''

''तू ज्याला भूत म्हणतोस ते, भगवान दत्तात्रेय कशावरून नसतील?''

एकनाथ काहीच बोलला नाही. तो स्वत:शीच म्हणाला, 'भूत कुठं आणि भगवान

कुठे? असं अस्वच्छ रूप भगवान दत्तात्रय परिधान करणं शक्य आहे काय? स्वामीजी काहीतरीच सांगताहेत.'

भूत की भगवान असे द्वंद्व एकनाथाच्या मनात सुरू झालं. 'भगवान नव्हे भूतच असा प्रारंभी त्याच्या मनाने निर्णय घेतला. पण पुढे त्याला वाटू लागलं, 'आपल्यापेक्षा स्वामीजी किती मोठे आहेत. त्यांचा उपासनापंथातला अधिकार किती श्रेष्ठ आहे. मग ते खोटं कसं बरं बोलतील? त्याला वाटू लागलं की भूत नव्हे. तो इसम म्हणजे भगवान दत्तात्रेयच असले पाहिजेत. त्याला महाभारतातील उत्तंग ऋषींची कथा आठवली. देव चांडाळाच्या रूपाने प्रकट झाला होता. माझंच चुकलं. गुरुमाउलीच असेल असं मी स्वामीजींना सांगायला हवं होतं.'

मनाच्या अशा द्विधा मन:स्थितीत एकनाथाला झोप लागली.

रोज एकनाथ आधी उठत असे. पण त्या दिवशी आधी स्वामीजी उठले. त्यांचा एकोबा थकला भागला असेल. कदाचित त्याला बरे वाटत नसेल, म्हणून त्यांनी त्याला उठविले नाही. काही वेळाने स्वामीजी एकनाथाच्या अंथरुणाजवळ आले. एकनाथ डाव्या कुशीवर झोपला होता. त्याच्या पाठीवरून प्रेमभराने हात फिरवीत स्वामीजी म्हणाले, ''बाळा एकोबा, नाही का झाली तुझी झोप? बरं नाही का वाटत तुला आज?''

एकनाथ जागा झाला. त्याने डोळे उघडले. शेजारी स्वामीजींना पाहून तो दचकला उठून त्यांच्या चरणाला स्पर्श करून म्हणाला, ''स्वामीजी, बालकाला क्षमा करा. पण स्वामीजी...''

''काय?''

''मला एक विचित्र स्वप्न पडलं.''

''अस्सं? अरे, स्वप्नं सगळ्यांनाच पडतात. 'मनी वसे ते स्वप्नी दिसे.' तुझ्या स्वप्नात ते भूतबीत तर आलं नव्हतं ना?''

''आलं होतं; पण स्वामीजी, ते भूत नव्हतं तर प्रत्यक्ष भगवान दत्तात्रेय होते.''

''व्वा! भले शाब्बास! मग तुझं स्वप्न ऐकलंच पाहिजे. पण असं कर. जा, सर्व आवर. तोपर्यंत मी माझं पोथीवाचन

आटोपतो. मग सांग तुझं ते स्वप्न, अगदी साग्रसंगीत.''

स्वामीजींचे पोथीवाचन संपले. सारे आटोपून, एकनाथ स्वामीजींच्या जवळ आला. त्यांच्या चरणांजवळ बसला आणि सांगू लागला, ''मी ज्याला काल भूत समजत होतो, तो मनुष्य भूत नव्हतं, भगवान होता. तुमच्यावर सदैव प्रसन्न असणारा दत्तच होता. कारण...''

''कारण काय एकोबा? ऐकायला मी कसा उत्सुक झालो आहे.''

''आपण दोघे तटाकडे गेलो. दोघांनी त्या पादुकांना नमस्कार केला. डोळे उघडून पाहिले तर पादुकांशेजारी तो मनुष्य उभा असलेला आपल्याला दिसला. त्याने तुम्हाला हुकूम केला. त्या कुत्रीचं दूध काढून आण. मग तुम्ही त्या मरतुकड्या कुत्रीचं दूध काढलं. दुधाच्या कटोऱ्यात त्या माणसाने आपल्या झोळीतली भाकरी काढून टाकली. ती कालवली. तुम्हाला तुमच्या ओंजळीत खायला दिली. तुम्ही ती भाकरी खाल्लीत. त्यानंही खाल्ली.''

''म्हणजे चमत्कारच आहे म्हणायचा. बरं, मग पुढं काय झालं?''

''त्याने मला सांगितले की, ही कटोरी धुऊन आण. मी नदीकाठी गेलो. त्यातली भाकरी पाण्यावर तरंगायला लागली. भक्तिभावाने त्यातला एक तुकडा मी उचलला आणि तोंडात टाकला. जणू अंगातून वीज सळसळल्यासारखं मला झालं. अंगात इतका उत्साह भरला, इतकी शक्ती आल्याचा भास झाला की जणू जिथं लाथ मारीन तिथं पाणी काढीन.''

''मग पाण्यातच नाही ना लाथ मारलीस?''

दोघेही हसले. एकनाथ म्हणाला, ''नाही. मी परत आलो तर तुम्हा दोघांच्या खूप गप्पा चालल्या होत्या; पण तो मनुष्य, मनुष्य नव्हता तर मूर्तिमंत भगवान दत्त होता. ती मरतुकडी कुत्री, कुत्री नव्हती तर ती कामधेनू होती. मी आल्यावर तुम्ही दत्तात्रेयाना म्हणालात...''

''मी? काय बरं म्हणालो?''

''स्वामीजी, आपण म्हणालात की, हा एकनाथ म्हणजे जणू माझी सावली. फार कष्टाळू आणि भाविक आहे. गोरगरिबांच्यासाठी त्याचा जीव तीळतीळ तुटतो.''

''असं जर आहे तर त्याच्या हातून जगाच्या कल्याणाच्या गोष्टी झाल्याशिवाय राहणार नाहीत. तूच त्याला सांभाळायचं आहेस.''

''आणखी काय म्हणाले दत्तगुरू?''

''एवढं म्हणाले आणि ते अंतर्धान पावले. आपण परत आलो. प्रसन्न नजरेनं आपण

माझ्याकडे कटाक्ष टाकलात आणि मी आपल्याला त्रिवार वंदन केले...''

''बोल ना एकोबा, तू अडखळलास का?''

''स्वामीजी, तुला देव का नाही पावणार असे आपण म्हणाला होतात, त्याचं तर हे प्रत्यंतर नसेल?''

स्वामीजी काहीही बोलले नाहीत. त्यांनी पुन्हा एकदा एकनाथाकडे पाहून स्मितहास्य केले.

एकनाथाचे स्वप्न ऐकून जनार्दनस्वामीजींना अतिशय आनंद झाला. एकनाथाला आपल्या सेवेत आता अधिक काळ ठेवता कामा नये, याची त्यांना जाणीव झाली. असेच एका सायंकाळी दत्तगुरूंच्या पादुकांच्या दर्शनाला तटाकडे जात असता ते एकनाथाला म्हणाले, ''एकोबा, तुझं स्वप्न म्हणजे एक इशाराच होता, असं मी मानतो.''

''कसला इशारा गुरुदेव?''

''आता तुला माझ्याजवळ राहून आयुष्य फुकट घालविता येणार नाही. फार मोठं कार्य तुला तुझ्या जीवनात करावयाचं आहे.''

"मग?"

"तू आता तपश्चर्येला जावंस असं मला वाटतं. शेजारच्या डोंगराळ भागातील एक सुंदरशी टेकडी बघ आणि तिथे एका वटवृक्षाखाली ध्यानधारणा कर. म्हणजे, तुझं आत्मसामर्थ्य वाढेल, तुला मन:शांती मिळेल. समाजात जे दोष फैलावलेले आहेत, त्यांना नियंत्रण घालणं हे साधुसंतांचं काम आहे. तू तरुण आहेस, उमदा आहेस. माझं तसं नाही."

"असं का म्हणता स्वामीजी?"

"तसं माझं वय झालंय. मी किल्लेदार आहे. नोकरीनं बांधला गेलो आहे. माझ्या कामाच्या कक्षा ठरून गेल्या आहेत. तुझं तसं नाही. तू मोकळा आहेस. तुझं आत्मसामर्थ्य वाढलं, तर गरुडासारखी भरारी तुला घेता येईल. सर्वत्र जातिभेद माजला आहे. धर्मभेद माजला आहे. पैशाच्या आणि सत्तेच्या मार्गानं माणसं निष्ठुर होत चालली आहेत. यात गरीब भरडले जात आहेत. त्यांच्या मदतीला धावलं पाहिजे."

"ठीक आहे गुरुदेव, मी उद्याच प्रयाण करतो."

"पण काही विचित्र घडलं तर मला सांगायला यायला विसरू नकोस."

दुसऱ्या दिवशी भल्या पहाटे स्नानसंध्या आटोपून जनार्दनस्वामींच्या चरणांवर मस्तक ठेवून त्यांचा लाडका एकोबा तपश्चर्येला चालला. दहा-बारा मैल वायव्य दिशेने चालत गेल्यावर एक सुंदर टेकडी त्याला दिसली. एका सदाहरित डेरेदार वृक्षाखाली एकनाथाने तपश्चर्या करायला प्रारंभ केला.

त्या टेकडीजवळूनच एक पाऊलवाट जात होती. एका खेड्याहून दुसऱ्या खेड्याला बाजारासाठी त्या वाटेने लोक जात-येत असत. तपस्व्याची सेवा केली म्हणजे पुण्य लागतं, अशा समजुतीने एक गवळी एकनाथाजवळ दुधाचा एक तांब्या ठेवत असे आणि परत जाताना रिकामा तांब्या घेऊन जात असे.

असाच एके दिवशी तो गवळी रिकामा तांब्या परत नेण्यासाठी पाऊलवाटेपासून टेकडीवर चढत असता त्याला एक विलक्षण दृश्य दिसले.

एकनाथ शांतपणे ध्यानस्थ बसला आहे. एका मोठ्या नागाने त्याला सैलसे वेटोळे घातले आहे आणि आपला फणा एकनाथाच्या मस्तकावर धारण केला आहे. त्या नागाच्या मस्तकात असलेल्या दिव्य मण्याचे तेज जणू एकनाथाच्या चेहऱ्यावर पडले असून, त्यामुळे त्याच्या तेजस्वितेत भर पडली आहे. तो नाग पाहताच दुधाचा रिकामा तांब्या घेण्याचे भानही त्या गवळ्याला राहिले नाही. त्याने एकच ओरडा केला. आणखी चार

वाटसरू तेथे आले. त्यांनीही ते दृश्य पाहून तसाच ओरडा केला. गोंधळाने एकनाथाची समाधी भंग पावली. त्याने डोळे उघडले तेव्हा तो नाग आपला विळखा सोडवत दूरवर निघून जात आहे, असे एकनाथाने पाहिले. एकनाथाला सापाची भीती वाटली नाही, हे त्या घाबरलेल्या मंडळींनी पाहिले. ते एकनाथाच्या चरणांना लागले.

एकनाथाला आपल्या गुरुंची - जनार्दनस्वामींची आठवण झाली. तो उठला आणि देवगिरीच्या रस्त्याला चालू लागला. एकनाथ देवगिरीला पोहोचला तेव्हा स्वामीजी तटाकडील गुरुपादुकांच्या दर्शनास गेले होते. तेथे जाऊन एकनाथाने सारी हकिगत स्वामीजींना सांगितली. स्वामीजी म्हणाले, ''एकोबा, अरे हा तर मला शुभशकुनच वाटतो. मी आता तुला अशी आज्ञा करतो की, तू यात्रेच्या तयारीला लाग.''

''गुरुदेव, यात्रा करून देवदर्शन मिळविण्यापेक्षा आपल्या संगतीतच त्याच्या निराकार निर्गुणतेचं दर्शन मला घडलं. आपल्याला सोडून कुठे जाणं माझ्या कसं जिवावर येत आहे.''

''एकनाथा, अरे असा विचार करू नकोस. पक्ष्याला पंख फुटल्यानंतर पक्षिणीच्या मोहपाशात अडकून त्याला घरट्यातच राहता येईल का? गुरुशिष्यांचंही असंच असतं. गुरूनं शिष्याला अडकवू नये.''

''जशी आज्ञा गुरुदेव.''

''दौलताबादहून रजेचा हुकूम मिळवून मीही तुझ्याबरोबर तीर्थयात्रेला येतो.''

एक चांगला दिवस पाहून जनार्दनस्वामींनी एकनाथाला बोलावून काही उपदेश दिला. त्यातून मनुष्यजीवनाचा अर्थ, भारतीय समाजाची दु:स्थिती म्हणून साधुसंतांनी करावयाची कर्तव्यं याची त्यांनी माहिती दिली. ते नंतर एकनाथाला म्हणाले,

''एकोबा.''

''काय गुरुदेव?''

''तुला आता देवगिरीत राहता येणं शक्य नाही.''

“का बरं? जिथं तुम्ही तिथं मी.”

“अरे, मी तर गुलाम आहे दौलताबादेच्या सुलतानाचा, तसा तू नाहीस. मी तुझ्यासारखा मुक्त असतो तर...”

“तर काय केलं असतं तुम्ही गुरुदेव?”

“परमधामांची यात्रा केली असती.”

"ती कशासाठी? देव तर हृदयात आहे. तो भक्तीनं पावतो. त्याला काशी-रामेश्वर करण्याची काय जरूर?"

"एकोबा, अरे तू वेडा तर नव्हेस? ज्या दुर्लभ भरतवर्षात तू मनुष्य म्हणून जन्माला आलास, त्या तुला मातृभूमीचं दर्शन नको का घ्यायला? जनसेवा हीच ईश्वरसेवा असं मी तुला अनेकदा सांगितलेलं आहे."

"मग मी तीर्थयात्रेला जायला तयार आहे. पण..."

"हा 'पण' कशासाठी?"

"आपण माझ्याबरोबर आलं पाहिजे."

एकनाथाचा विलक्षण हट्ट पाहून थोडे दिवस त्याला सोबत करण्याचा स्वामीजींनी विचार केला. ते तीर्थयात्रेला चालले. ते गावोगाव हिंडत, मंदिरामध्ये बसून प्रवचने करत. देव एक आहे, मनुष्यजातीचा मानवता हा एकच धर्म आहे, असे स्वामीजी सांगत.

असेच प्रवास करीत करीत ते गुरुशिष्य नाशिकला आले. पंचवटीत त्यांनी मुक्काम केला. पंचवटी म्हणजे 'पाच वटवृक्षांचा समुदाय.' तेथे मुक्काम केल्यावर दोघांनाही आनंद झाला.

नाशिक तीर्थक्षेत्रीच्या जनतेपुढे जनार्दनस्वामींनी सोप्या मोजक्या शब्दांत प्रवचन केले. आपले प्रवचन संपल्यानंतर त्यांनी एकोबाकडे पाहिले. ते म्हणाले, "एकोबा, श्रोते भावसागरात डुंबत आहेत, तोपर्यंत आजच्या प्रवचनाचा समारोप करून टाका."

एकनाथाला आतून स्फूर्ती आली. शिष्याने गुरूचा पराभव करावा, ह्या थाटात एकनाथाने प्रवचनाचा समारोप केला.

श्रोते आनंदात निघून गेले.

स्वामीजी एकनाथाला म्हणाले, "अखेर कोकिळेला कंठ फुटला. आज मी धन्य झालो. खरा गुरू तोच की, ज्याचा पराजय त्याचा शिष्यच करतो. तुझ्याबरोबर मी येण्याची आता गरज नाही. माझी कामं माझी वाट पाहत आहेत."

एकनाथाला कळून चुकले की, स्वामीजी सेवेच्या कर्तव्याने बांधले गेले आहेत. त्यांचा अधिक वेळ घेणे बरे नाही. म्हणून एकनाथाने गुरुजींचा आशीर्वाद घेऊन त्यांचा निरोप घेतला.

पुढील परमधामाची यात्रा स्वत: एकनाथाने केली.

पैठण नगरीला भक्त मंडळी देवनगरी मानत. चारीधामाला जाताना भविकांच्या जाण्यायेण्यात पैठण येई. अनेक कीर्तनकार, प्रवचनकार, भजनी मंडळी आपली हजेरी पैठणला लावीत. त्यांचा थोडक्यात परिचय पुजाऱ्यांपैकी कुणी ना कुणी करून देत.

मंदिरात अशा उपक्रमांना वयोवृद्ध शास्त्री चक्रपाणीजी आपल्या पत्नीला घेऊन उपस्थित राहत. बाराव्या वर्षीच घर सोडून गेलेल्या त्यांच्या नातवाची त्यांना आठवण येत असे. एका एकोबाशिवाय त्यांच्या कुळात अन्य कुणी पुरुष नव्हता. वंशवेल जर वाढली नाही, तर आपण घोर नरकात पडू अशीही त्यांना भीती वाटे.

पैठणात येणाऱ्या प्रत्येक नव्या नव्या कीर्तनकाराला शास्त्री चक्रपाणीजी एकनाथासंबंधी प्रश्न विचारीत; पण कुणीही एकनाथाला पाहिल्याचे सांगितले नाही.

निराशेने पुष्कळ वेळेला ते आपल्या दैवताला - विठूरायाला साकडे घालून तासन्तास बसत. विठूरायाने कधी कौल दिला नाही.

पण एके दिवशी विठूरायाची आरती आटोपल्यावर विठूरायाने कौल दिला. फूल उजव्या बाजूला पडले. त्यांनी मनाशी खूणगाठ बांधली. 'आपला लाडका एकोबा परत येणार.'

संध्याकाळी एका पुराणिकबुवांचे प्रवचन होते. प्रवचन संपले. एकनाथाची माहिती स्वामी चक्रपाणीजींनी त्यांना विचारली. प्रवचनकार म्हणाले, "शास्त्रीबुवा, तुम्ही वर्णन करता तसा एक तरुण मी देवगिरीत पाहिला. त्याचे डोळे एवढे तेजस्वी होते की, तसे डोळे आजवर मी कुठेही पाहिले नाहीत."

"देवगिरीत? कुठं पाहिलंत तुम्ही त्याला?"

"किल्लेदार जनार्दनस्वामीजींच्याकडे. मनुष्य धाडून पाहा, म्हणजे जसा योग असेल तसं होईल."

स्वामी चक्रपाणीजींनी एक इसम देवगिरीला

पाठवून दिला. जनार्दनस्वामीजींकडून त्याने निरोप आणला की, शास्त्री चक्रपाणीजींचा नातू एकनाथ तो तोच. पण सहा महिन्यांपूर्वीच तो तीर्थयात्रेला गेला आहे. लवकरच तो परत येईल. पैठणला आला तर शास्त्रीजींनी स्वामींना कळवावे आणि देवगिरीला आला तर स्वामींनी शास्त्रीजींना कळवावे. एक वर्ष लोटलं असेल नसेल. एक तेज:पुंज तरुण पैठणला आला आणि एका मंदिराशेजारच्या पटांगणावर एका पिंपळ वृक्षाखाली, छोट्याशा पारावर ठाण मांडून बसला. तो रोज कीर्तन करीत असे. त्याची कीर्तने इतकी प्रभावी होत असत की, त्याचा खडा आवाज वातावरणात घुमू लागला, की रस्त्यावरून

जाणाऱ्या हरिजन, मुसलमान लोकांनाही तिथेच रस्त्यावरच उभे राहून त्या प्रवचनाचा आस्वाद घ्यावा असे वाटे.

भावनेच्या भरात एकदा दोन महार प्रवचनाच्या आकर्षणाने गर्दीत घुसले. ते एका कर्मठ ब्राह्मणाच्या लक्षात येताच 'भ्रष्टाचार, भ्रष्टाचार' म्हणून त्या ब्राह्मणाने एकच गिल्ला केला. आपल्या प्रभावी व्यक्तिमत्त्वाने त्या तरुण तपस्व्याने सर्वांना शांत केले. त्याने आपला निर्णय त्वरित जाहीर केला- 'माझे प्रवचन माणसांसाठी आहे; मग तो कोणत्याही जातीचा असो, धर्माचा असो. हे ज्यांना मान्य नसेल, त्यांनी येऊ नये माझ्या प्रवचनाला.'

त्या प्रवचनांना शास्त्री चक्रपाणीजी सपत्नीक येत. ह्या तरुण तपस्व्याचा निर्णय ऐकून त्यांना एकनाथाचे तीव्रतेने स्मरण झाले. त्या तपस्व्याच्या समतावादी निर्णयावरून त्यांना आपल्या एकनाथाची आठवण झाली. प्रवचन संपल्यावर ते एकनाथाकडे गेले. एकनाथाने आपल्या आजोबांकडे पाहिले आणि तो त्यांच्या चरणांना लागला. तो म्हणाला,

"आजोबा, किती हो क्षीण झालात? म्या दुष्टाने दिलेल्या त्रासाने तर तुमची अशी स्थिती झाली नाही ना?"

एकोबाच्या आजी पुढे येऊन म्हणाल्या,

"बाळा, मी किती भाग्यवान!"

"आजी, कसलं गं तुझं भाग्य?"

"एक तू परत आलास आणि एक तपस्वी होऊन आलास. चल आता घरी. विलंब लावू नकोस."

"नाही आजोबा, आजी. इतक्यात नाही."

शास्त्री चक्रपाणीजींनी देवगिरीला एक मनुष्य धाडून स्वामीजींना एकनाथाची वार्ता कळविली. त्याच इसमाकडे जनार्दनस्वामींनी एकनाथाला एक पत्र दिले. त्यात लिहिले होते - 'पैठण सोडून जाऊ नये. जिथे असाल तिथेच आणि जे कार्य चालू असेल तेच आम्ही येईतो

करीत राहावे.'

त्या पिंपळवृक्षाखाली एकनाथांना एक छोटीशी झोपडी भक्त मंडळींनी तयार करून दिली आणि आपल्या समतावादी, मानवतावादी मनुष्यधर्माचा प्रचार एकनाथानी पैठणला राहून सुरू केला.

काही दिवसांनी जनार्दनस्वामी पैठणला आले. एकनाथाचे त्यांनी क्षेमकुशल विचारले आणि ते शास्त्री चक्रपाणीजींच्या घरी गेले.

शास्त्री चक्रपाणीजींनी स्वामीजींचा आदरसत्कार मोठ्या थाटात केला. ते स्वामीजींना म्हणाले,

"स्वामीजी, आमच्या मनीची इच्छा एकनाथ मानणार नाही. तो कुणाचं ऐकेल अशी

एकच व्यक्ती म्हणजे आपण आहात.''

''मग एकनाथानं काय करावं असं आपलं म्हणणं आहे?''

''त्यानं आता लग्न करावं.''

''का बरं?''

''तो संन्यासवृत्ती धारण करील, तर आमची वंशवेल तुटेल. आम्ही नरकात पडू.''

''शास्त्रीबुवा, स्वर्ग-नरकाच्या ह्या कल्पना केवळ कल्पनाच आहेत, हे अजून तुम्ही ओळखलेलं नाही. तुमच्या एकनाथाची तयारी इतकी वाढली आहे की, आसक्ती सोडून तो सहज संसार करू शकेल.''

''स्वामीजी, तुमचे किती आभार मानावेत तेवढे थोडेच आहेत. आपण एकनाथाचं मन वळवा आणि त्याला जी मुलगी पसंत पडेल, तिच्याशी त्याला लग्न करू द्या.''

शास्त्रीजी आणि स्वामीजी यांनी 'गिरिजा' नामक एक सुशील, सुंदर, सद्‌गुणी मुलगी शोधून काढली आणि एकनाथाचे लग्न लावून टाकले.

एकनाथाचे थाटामाटात यथाविधी लग्न झाले. स्वामी चक्रपाणींचा जीव भांड्यात पडला. आता एकनाथाचा संसार मुलाबाळांनी बहरेल आणि वंशवेल वाढीस लागेल अशी अपेक्षा बाळगून ते होते.

एकनाथाला पैठणात राहूनच धर्मकार्य, समाजकार्य करण्याची आज्ञा देऊन जनार्दनस्वामी देवगिरीला परतले.

संसाराच्या पहिल्या पाच-सात वर्षांच्या काळात एकनाथाला तीन मुले झाली. मोठी गोदा, मधला हरी आणि सर्वांत धाकटी गंगा. एकनाथाला लाभलेली पत्नी गिरिजा एकनाथाच्या सुखदु:खाची पूर्णपणे भागीदारीण ठरली. एकनाथाच्या व्यक्तिमत्वात तिने आपले व्यक्तिमत्त्व जणू विलीन करून टाकले होते. कुठे म्हणून कसलीही तक्रार तिने कधी केली नाही. पण हरिपंडित स्वतंत्र बाण्याचा होता. पैठणमध्ये एकनाथाला सुखासुखी कार्य करता आले नाही. कीर्तीचा मुकुट काटेरी असतो. त्याच्या प्रवचनांना जमणारी प्रचंड गर्दी त्याच्या सनातनी विरोधकांच्या मनात सलत होती. एकनाथामध्ये केव्हा आपल्याला दोष आढळेल आणि आपण राईचा पर्वत करू, असे विरोधकांना होई.

जनार्दनस्वामीजींपासून एकनाथाने समतेचा आणि शांततेचा अंगीकार केला होता.

आपल्या कीर्तनाला सवर्ण हिंदूंप्रमाणे हरिजनांना येण्यास त्यांनी कधी मज्जाव केला नाही. तेच बिचारे सवयीने आणि जुन्या संस्काराने थोडेसे बाजूला बसत. एकनाथांची प्रवचने इतकी परिणामकारक होत असत, की वाढत्या गर्दीमुळे केवळ पैठणातच नव्हे, तर आसपासच्या परिसरात त्यांनी दबदबा निर्माण केला होता.

जनार्दनस्वामीजींनी पैठणबाहेर जायचे नाही, ही जशी एक लक्ष्मणरेषा एकनाथाला घालून दिली होती; त्याप्रमाणे त्याने संस्कृत ग्रंथांचा मराठीत अनुवाद करून लोकांना निवेदन करावा, अशीही आज्ञा केली होती. एकनाथांनी व्यासांचे भागवत मराठीत आणण्यास सुरुवात केली. एकनाथांचे वाचन आणि स्मरण विलक्षण होते. भागवताबरोबरच बहुजन समाजात प्रसिद्ध असलेल्या गौळणी आणि भारुडे त्यांनी रचली आणि मोठ्या अभिनयपूर्ण आवेशाने आपल्या प्रवचनात ते त्यांचा उपयोग करू लागले.

संस्कृतमधली अमरवाणी मराठीतून कानी पडत आहे म्हणून एकनाथाच्या कीर्तनाला शेठ, सावकार, जमीनदारसुद्धा गरिबांच्याबरोबर ऐकायला येत.

एकनाथांच्या लग्नाच्या वेळी त्यांच्याच घराण्यातला एक निराधार तरुण एकनाथांच्या घरात राहत होता. त्याचे नाव उद्धव. देवगिरीमध्ये जनार्दनस्वामींकडे त्यांच्या सावलीप्रमाणे जसे एकनाथ वागत, त्याचप्रमाणे एकनाथांच्या सेवेला उद्धवाने वाहून घेतले होते. एकनाथांचासुद्धा हरिपंडितापेक्षा उद्धवावर अधिक जीव जडला होता. एकनाथांची सारी कामे उद्धव पटापटा करून टाकीत असे.

एकदा षष्ठी जवळ आली आणि एकनाथ उद्धवाला म्हणाले, ‘‘उद्धवा!’’

‘‘काय गुरुदेव?’’

‘‘अरे, षष्ठी जवळ आली.’’

‘‘हो ना! चार दिवसांनी तर आहे.’’

‘‘मग उत्सव करावा म्हणतो.’’

‘‘सुंदर कल्पना. उत्सवामध्ये प्रवचन-कीर्तनाला रंग भरेल. भक्तगण येतील आणि तुमच्या अमृत शब्दसागरात डुंबून जातील. आपले प्रवचन ऐकून पैठणातल्या एका सावकाराने सावकारी सोडून गोरगरिबांना दानधर्म करायला सुरुवात केली.’’

‘‘आनंद, आनंद.’’

‘‘आणि तो मला म्हणाला, ‘उद्धवजी, जेव्हा जेव्हा एकनाथजींचं प्रवचन असेल तेव्हा त्याची वर्दी आम्हाला द्यायला विसरू नका.’’

‘‘मग उद्धवा, षष्ठीच्या उत्सवाचं निमंत्रण त्या सावकाराला दे बरं.’’

"अहो, मी कसा विसरेन!"

दोन मिनिटे एकनाथ काहीच बोलले नाहीत. सदाप्रसन्न अशा त्यांच्या चेहऱ्यावर किंचितशी काळजीची छटा उद्धवाला दिसून आली. उद्धव म्हणाला, "स्वामीजी, काळजी कसली?"

"अरे, उत्सव करायचा म्हणजे पैसे लागतात. सध्या काहीच पैसे नाहीत आपल्याकडे."

"मग कर्ज काढायचं. पैसे आल्यावर फेडायचं. आपले सावकार आहेतच की."

"नामी कल्पना. तू दोनशे रुपये उसने आण; पण तुझ्या त्या सावकाराकडनं नको हं."

"का बरं?"

"अरे, नंतर तो परत घ्यायचा नाही आणि मला ते पसंत पडायचं नाही."

"ठीक आहे. मग मी गाठतो एक सावकार आणि आणतो पैसे."

गावातल्या एका व्याज घेणाऱ्या वाण्याकडून एकनाथांनी महिनाभराच्या मुदतीने दोनशे रुपये आणले.

षष्ठीचा उत्सव रंगला. भाव-भक्तीच्या प्रेमसागरात नाथ आणि त्यांचे श्रोते पुरेपूर रंगून गेले. उत्सवाच्या निमित्ताने एकनाथ रोज प्रवचन करू लागले. महिना कधी गेला कळलेच नाही. तिकडे वाण्याने पैशाची वाट पाहिली. पैसे मिळाले नाहीत, म्हणून तो एके दिवशी प्रवचनाच्या ठिकाणी स्वत: उपस्थित झाला. एकनाथ प्रवचनाला प्रारंभ करणार इतक्यात तो सावकार म्हणाला,

"थांबा."

"का बरं?" उद्धव म्हणाला.

"अरे, तूच या एकनाथांसाठी माझ्याकडून दोनशे रुपये नेले होतेस ना? जर दोन दिवसात पैसे आले नाहीत तर एकनाथांनी प्रवचनं बंद केली पाहिजेत."

एकनाथांनी त्या सावकाराला प्रेमपूर्वक नमन केले आणि मी आजपासूनच प्रवचन बंद करतो, असे सांगितले.

सगळ्या लोकांना वाईट वाटले. एकनाथांकडे द्यायला तर पैसे नव्हते. कुठून मिळण्याची शक्यता नव्हती. किती दिवस प्रवचने बंद करावी लागतील, याचा नेम नव्हता.

दुसऱ्या दिवशी दुपारच्या वेळेला एकनाथांकडे तो सावकार आला आणि त्यांची क्षमा मागून म्हणाला, "कालच्या प्रकाराबद्दल मला दुःख होतं. तुमच्या इसमानं काल पैसे आणून दिले आणि त्याला पावतीही दिली. पण क्षमा मागितल्याशिवाय राहवेना म्हणून आलो."

एकनाथांनी उद्धवाला बोलावले आणि खुलासा विचारला. उद्धव काहीच बोलेना. परंतु आपण कर्जमुक्त झालो, तेव्हा प्रवचन करण्यास हरकत नाही, म्हणून तसे त्यानी पैठणात जाहीर केले.

प्रवचनाला जाण्यापूर्वी नाथांनी उद्धवाला खुलासा विचारला. उद्धव म्हणाला, "खुलासा करायला बंदी आहे. अहो-"

"काय उद्धवा?"

"कुणाला व्याज घेण्याची बुद्धी होते, तर कुणाला दान देण्याची बुद्धी होते. आता मला काही विचारू नका; कारण मला एका महापुरुषाने आपली शपथ घातली आहे."

पुढे मागे होईल, साऱ्या गोष्टीचा खुलासा म्हणून एकनाथानी त्या चमत्काराकडे दुर्लक्ष केले.

संत एकनाथजी एक दिवस पूजा करीत बसले होते. देवांना स्नान घालून, पुसून त्यांना ते देव्हाऱ्यात ठेवीत होते. प्रत्येक देवाला पुसताना ते त्याचे नाव घेत होते. इतक्यात कुणी एक पगडी घातलेला ब्राह्मण पायांतल्या वहाणांसकट त्यांच्या घराच्या दरवाजातून थेट देवघरात आला आणि कशाचाही विचार न करता तो त्यांच्या मांडीवर बसला. त्याच्याकडे पाहत त्याच्या पाठीवरून हात फिरवीत एकनाथजी म्हणाले, "भल्या गृहस्था, केवढं हे माझ्यावरचं तुझं प्रेम? मला पाहताच पायातल्या वहाणा काढण्याचंसुद्धा तुला भान राहिलं नाही. तुला पाहून मला आनंद झाला."

तो ब्राह्मण काही बोलला नाही. एकनाथांना राग येईल असे त्याला वाटले होते. एकनाथ चिडतील, अपशब्द बोलतील, अशी त्याची समजूत होती; पण यातले काहीच घडले नाही. एकनाथांनी तिथूनच आपल्या पत्नीला हाक मारली. गिरिजाबाई आत येऊन म्हणाल्या, ''का बरं आपण बोलावणं केलंत? आणि हे कोण आहेत इथं?''

''हे माझे परमभक्त सज्जन ब्राह्मण आहेत. फार दुरून आलेले दिसतात. यांना स्नानासाठी पाणी काढा. हे स्नान आटोपून आमच्याबरोबर भोजन करतील.''

''यावं महाराज.'' गिरिजाबाईंनी त्यांना स्नानगृहात पाठविले.

त्या ब्राह्मणाची अंघोळ झाल्यावर माडीवर अंमळ विश्रांती घेण्यास त्यांनी सांगितले. त्या ब्राह्मणाचा नाइलाज झाला.

पंगती मांडल्या गेल्या. एक ब्राह्मण पंगतीला आहे म्हणून सांडगे, पापड, कुरडया तळल्या गेल्या. पंगत बसली. एकनाथांच्या शेजारीच तो ब्राह्मण बसला. 'पुंडलिक वरदा हरी विठ्ठल' झाले. एकनाथांनी भोजनास प्रारंभ केला; पण तो ब्राह्मण काही जेवणास प्रारंभ करीना. आग्रह करण्यासाठी गिरिजाबाई आल्या. वरण आणि तूप त्या ब्राह्मणाच्या पानावर वाढणार इतक्यात-

पुन्हा त्या ब्राह्मणाच्या अंगात भूत संचारले. तो पानावरून उठला तूप वाढताना ओणव्या झालेल्या गिरिजाबाईंच्या पाठीवर तो उडी मारून बसला. गिरिजाबाई किंचित हबकल्या. तत्काल एकनाथ म्हणाले, ''गिरिजा, सांभाळ गं बाई, तुझ्या पाठीवरच्या ब्राह्मणाला.''

''हो, हो. अवश्य सांभाळीन. माझा मुलगा हरिपंडित पाठीवर बसे. मला सवयच आहे त्याची.''

एवढा भयंकर प्रसंग त्या ब्राह्मणाच्या हातून घडला असतानासुद्धा एकनाथांच्या मनाची शांती ढळली नाही. एकनाथांना क्रोध झाला नाही. तो ब्राह्मण गिरिजाबाईंच्या पाठीवरून उतरला आणि त्याने प्रथम गिरिजाबाईंचे पाय पकडले. तो म्हणाला, ''माते, मला क्षमा कर.''

''पण आपण असं का बरं केलंत?''

''रिकामं पोट माणसाला काहीही करवील.'' एकनाथांकडे वळून तो ब्राह्मण पुढे म्हणाला, ''एकनाथ महाराज, आपण खरोखरच संत आहात. आपण प्रज्ञावान आहात.''

''पण भल्या गृहस्था, तू असं का वागलास हे नाही सांगितलंस.''

"मला दोनशे रुपयांची गरज होती. काही उपद्व्यापी मंडळींनी, 'काहीही करून एकनाथाला राग आण म्हणजे तुला दोनशे रुपये देतो,' असे सांगितले." त्या ब्राह्मणाचा कंठ दाटून आला. त्याच्या तोंडून पुढे शब्द उमटेना.

"बोला, थांबलात का?"

"आपणाला राग आला नाही. मग मला ते ब्राह्मण दोनशे रुपये देणार नाहीत आणि इतकं करून माझी गरज भागणार नाही."

"भल्या ब्राह्मणा, असा निराश होऊ नकोस. मी देतो तुला दोनशे रुपये."

एकनाथांच्या आज्ञेने उद्धवाने घरातून दोनशे रुपये आणून दिले. ते त्याच्या हातावर ठेवीत एकनाथजी म्हणाले, "हे घे दोनशे रुपये आणि भागव तुझी गरज - प्रथमच येऊन तू जर माझ्याकडे पैसे मागितले असतेस तर मी तुला त्वरित दिले असते. गरजू संसारी माणसांची दु:खं काय असतात, ते मी जाणतो."

पुन्हा एकनाथांच्या चरणांवर मस्तक ठेवून तो निघून गेला. हाच ब्राह्मण पुढे एकनाथांचा एक प्रचारक अनुयायी बनला.

पैठण शहरात राहून एकनाथांनी आपले कार्य सुरु केले होते. परंतु त्यांच्या कार्यामध्ये अनेक अडचणी येत होत्या. सनातनी ब्राह्मण मंडळी, 'समतेचा संदेश देतो' म्हणून एकनाथांचा द्वेष करीत होती. आणखी एक कारण असे होते की, ते संस्कृतातील ग्रंथांचे मराठीत भाषांतर करीत होते. त्यामुळे संस्कृत शिकण्यासाठी त्या पोपट पंडितांकडे कोणी येईनासे झाले.

एकनाथांच्या काळामध्ये छोटे छोटे यावनी राजे राज्य करीत होते. त्यामुळे गावोगाव उद्योगधंद्याच्या दृष्टीने यवनांची वस्ती स्थिरावली होती. ते हिंदूंना तुच्छ लेखीत, काफीर म्हणत. सनातन हिंदू ब्राह्मण अशा यवनांचा उपयोग आपला दुष्ट हेतू साधण्यासाठी करीत असत. असेच दोन सनातनी ब्राह्मण एका यवनाकडे गेले. ते त्याला म्हणाले, "आमचं एक काम आहे."

"कसलं काम आहे?"

"तो एकनाथ आहे ना, धर्मबुडव्या-"

"बरं, मग त्याचं काय?"

“काहीतरी करून त्याला राग आणवायचा.”

“पण ते कशासाठी?”

“त्याला घमेंड आहे स्वत:च्या शांत स्वभावाची.”

“पण मी हे का म्हणून करायचं?”

“तर आम्ही तुला शंभर रुपये देऊ.”

पैसे मिळताहेत आणि एका हिंदू संताची कुचेष्टा करायला मिळते आहे, म्हणून त्या घमेंडखोर यवनाने ही गोष्ट पत्करली.

एकनाथ गोदावरी स्नानाला जाताना वाटेत त्या मुसलमानाचे घर लागत असे.

एके दिवशी एकनाथ परत जात असता तो यवन त्यांच्या अंगावर पान खाऊन थुंकला. ‘पांडुरंग, पांडुरंग’ म्हणत एकनाथ परत नदीवर अंघोळीला गेले. असे वरचेवर होऊ लागले. एकनाथांना राग येईना. तो यवन चिडला आणि एके दिवशी त्याने ठरविले की, कितीही वेळा थुंकावे लागले तरी बेहत्तर; पण काहीही करून मी त्या एकनाथाला राग आणणारच.

आणि तो दिवस उजाडला. एकनाथ अंघोळ करून येत. यवन त्यांच्या अंगावर थुंके. पुन्हा एकनाथ अंघोळीला जात. असे त्या दिवशी वीस-पंचवीस वेळा नव्हे तर चांगले एकशेआठ वेळा झाले. आता एकनाथांना राग आणणे आपल्याला शक्यच होणार नाही, अशी खात्री पटल्यामुळे तो यवन एकनाथांच्या शांत आणि सहनशील स्वभावाला शरण गेला. एका सत्प्रवृत्त साधू ब्राह्मणाला आपण उगाच त्रास दिला आणि या पापाची क्षमा अल्ला आपणास करणार नाही म्हणून त्याने एकनाथांचे पाय धरले. एकनाथांनी धरून त्याला उठवले. प्रेमाने आलिंगन दिले. झाल्या अपराधाची कबुली त्या यवनाने दिली आणि क्षमेची याचना केली. एकनाथ म्हणाले, “अरे यात क्षमा कसली? तू तर माझा गुरू झालास!”

“मी? आणि तुमचा गुरू?”

“हे बघ अब्दुलमियाँ, तू माझ्या अंगावर एकशेआठ वेळा थुंकलास म्हणून मला एकशेआठ वेळा माय गोदावरीचं पवित्र स्नान घडलं. हे एवढं मोठं पुण्य तूच मला नाही का मिळवून दिलंस?”

एकनाथांच्या शांत आणि क्षमाशीलच नव्हे, तर मनाच्या औदार्याने तो यवन दिपून गेला. थोडा सलगीला येऊन तो म्हणाला, “बाकी काही म्हणा, तुम्ही हिंदू म्हणजे काफीर.”

"अरे, वेडा तर नव्हेस! सारे मुसलमान जर अल्लाने (देवाने) निर्माण केले तर हिंदूंना का सैतानांनी निर्माण केले? हिंदू बाटून मुसलमान होतो म्हणून त्याच्यात फरक काय पडतो? तुम्ही दिवसातून पाच वेळा देवाची प्रार्थना करता, बांग देता, मग बाकीच्या वेळा काय अशुभ वेळा आहेत? तुम्ही मक्कामदिनेकडे तोंड करून नमाज पढता. तुमचा अल्ला म्हणजे सृष्टिनिर्माता देव. देव काय मक्कामदिनेतच आहे? तो तर चराचरसृष्टी व्यापून राहिला आहे."

तो यवन निरुत्तर झाला; परंतु त्याच्या डोळ्यांतले धर्मवेड उतरलेले एकनाथांना दिसले नाही. ते त्याला आशीर्वाद देऊन म्हणाले, "तुझे काही मुसलमान बंधू माझ्या कथाकीर्तनाला, भजनाला येतात. तूही ये म्हणजे तुला खरा धर्म कळेल."

वेळोवेळी अशी माणसे आपल्या शांत स्वभावाने एकनाथांनी आपलीशी करून घेतली.

सायंकाळचे नाथांच्या वाड्यातील प्रवचन म्हणजे पैठणवासीयांना विशेषत: तेथील बहुजनसमाजाला साक्षात मोठी पर्वणी होती. येणाऱ्या लोकांत निम्मे दलित-मागास वर्गाचे आहेत आणि निम्मे उच्चवर्णीय आहेत असे नाथांना आढळून आले. ते एकदा उद्धव आणि श्रीखंड्या यांच्याबरोबर चर्चा करीत होते. नाथ उद्धवाला म्हणाले, ''उद्धवा, तुला काय म्हणायचं आहे?''

''द्वेषभावनेने प्रस्थापित ब्राह्मण आपणाला पाखंडी समजतात.''

''धर्मबुडवे समजतात,'' श्रीखंड्याने री ओढली.

''असोत बिचारे.'' नाथ म्हणाले.''माझी प्रवचनं सर्वांसाठी आहेत. हरिजन अधिक प्रमाणात माझ्या कीर्तनाला आलेले मला आवडतील.''

''मग याला एक युक्ती करावी असं मला वाटतं.''

''कोणती युक्ती, उद्धवा?''

''प्रसाद म्हणून आपण चमचाचमचाभर साखर वाटता, त्याचं प्रमाण वाढवावं.''

''नामी कल्पना! मग तू आणि श्रीखंड्या असं जाहीर करून टाका की, कीर्तनाच्या शेवटी नाथ वाडगावाडगाभर साखर प्रसाद म्हणून वाटणार आहेत.''

नाथांची ही घोषणा उद्धव आणि श्रीखंड्या यांनी पैठणभर पसरवली. महार-वाड्यात तर त्यांनी घरोघरी जाऊन बायका-पोरांना आवर्जून यायला सांगितले.

या घोषणेचा चांगला परिणाम दिसून आला. नाथांच्या कीर्तनाला अलोट गर्दी होऊ लागली. एक एक वाडगा साखर मिळते म्हणून आलेल्या सर्व लोकांना साखरेच्या गोडीबरोबर भक्तिरसाचीही गोडी लागून राहिली.

एके दिवशी तर गर्दी इतकी वाढली की, उशिराने आलेल्या मांगाच्या एका जोडप्याला बसायला जागा मिळेना म्हणून मार्ग काढीत काढीत नाथांच्या वाड्यातल्या झोपण्याच्या खोलीतच ते जाऊन बसले.

रात्रीची वेळ, गार वारा सुटलेला. कीर्तन उशिरा सुटलेले. सर्व जण प्रसादाची वाटीवाटीभर साखर घेऊन घरोघरी निघून गेले.

नाथांचे अंथरूण घालण्याचे काम उद्धवाकडे होते. तो त्यांच्या झोपण्याच्या खोलीत आला आणि ओरडतच नाथांकडे गेला. नाथ म्हणाले,

"अरे उद्धवा, असं ओरडायला काय झालं?"

"अहो, ते दृश्य पाहून माझी बोबडीच वळली."

"कोणतं दृश्य, उद्धवा?"

"बघायला चला तर खरं." असे म्हणत उद्धवाने नाथांना त्यांच्या झोपण्याच्या खोलीत आणले. ते दृश्य पाहून नाथाना अचंबा वाटला; पण त्यांच्या चेहऱ्यावरील शुद्ध, सात्त्विक भाव ढळला नाही. तिथल्या गडबडीने ते मांगाचे जोडपे जागे झाले आणि क्षमायाचनेसाठी नाथांच्या चरणांना लागले. नाथ त्यांना म्हणाले, "बाबांनो, उगीच आम्ही तुम्हाला जागं केलं."

"आम्हाला क्षमा करा. फार मोठी चूक झाली आमच्या हातून."

"तसं वाईट वाटून घेऊ नका. आता बरीच रात्र झाली आहे. तुमच्या डोळ्यांत झोप आहे. सकाळपर्यंत झोपा. मग

सकाळी उठून स्नान करून, जेवण करूनच जा. हा माझा उद्धव तुमच्या मदतीला आहेच.''

सकाळ झाली. ते जोडपे उठले. उद्धवने त्यांच्या स्नानाची तयारी केली. गिरिजाबाईंनी त्यांना आग्रहपूर्वक जेवू घातले आणि त्या पुरुषाला एक धोतरजोडी आणि त्या स्त्रीला एक साडीचोळी देऊन त्यांची रवानगी केली.

भोजनोत्तर उद्धव नाथाना म्हणाला, ''गुरुदेव, केवढं मोठं आपलं मन!''

''उद्धवा, इथून तिथून सारा माणूस एक. प्रत्येकाच्या शरीरात परमेश्वर आहे. आपण परमेश्वराच्या न्यायानं वागलं पाहिजे, माणसाच्या नव्हे.''

एके दिवशी माध्यान्हीचे स्नान आटोपून नाथ परत येत असता वाळूत खेळायला आलेला एक पोर त्यांना दिसला. त्याच्या पायाला वाळूचे चटके बसत होते. ते पोर रडत होते, थयथय नाचत होते. कपडे धुवायला आलेल्या एका बाईला नाथ म्हणाले, ''थोडं उचलून घ्या ना त्या पोराला.''

''मी त्याला घेणार नाही.''

''का बरं?''

''मला त्याची शिवाशीव होईल.''

''कसली शिवाशीव?''

''तो महाराचा पोर आहे.''

नाथांनी त्याला पटकन उचलून घेतले. त्याला नदीकाठी नेऊन स्वच्छ केले. तडक महारवाड्याच्या दिशेने ते चालले.

एक ब्राह्मण तोही महाराच्या पोराला घेऊन महारवाड्याकडे जात आहे हे पाहून नदीवरील साऱ्या मंडळींना मोठा अचंबा वाटला. महारवाड्यात हिंडत हिंडत आणि 'तुझं घर कुठं आहे?' म्हणून विचारीत विचारीत नाथ त्याच्या घराजवळ आले. मग ते पोर एकदम ओरडले की, हे माझे घर आणि ती दिसते ती माझी आई. नाथांच्या खांद्यावरूनच त्या पोराने एकदम 'आई' म्हणून हाक मारली. ती बाई धावतच आली आणि म्हणाली, ''भल्या ब्राह्मणा, तुझे खूप उपकार झाले. माझा पोर तू आणलास.''

"भगिनी, हे घे तुझं पोर. त्याची पावले भाजत होती. हिरवा झाडपाला बांध त्याच्या पावलांना."

इतक्यात त्या पोराचा बाप त्या ठिकाणी आला. त्याला सर्व हकिगत कळली आणि तो एकदम उद्गारला, "माझं पोर भाग्याचं."

"भाग्याचं?" त्याची बायको उद्गारली, "चांगले पाय चटचटलेत त्याचे."

"अगं, असं झालं म्हणून या साधूचे पाय आमच्या घराला लागले. आज आमच्या घराचं अंगण पावन झालं. असा साधू या वेळी आम्हा गरिबाच्या घरात आमच्याबरोबर दोन घास खाईल तेव्हा आमचं घर पवित्र झालं आणि आमचं भाग्य उदयाला आलं असं आम्ही समजू."

"आवं, असं कसं होईल?"

"का नाही होणार? तुम्ही जर बोलावलंत तर मी अवश्य तुमच्या घरी जेवायला येईन." नाथांनी उत्तर दिले.

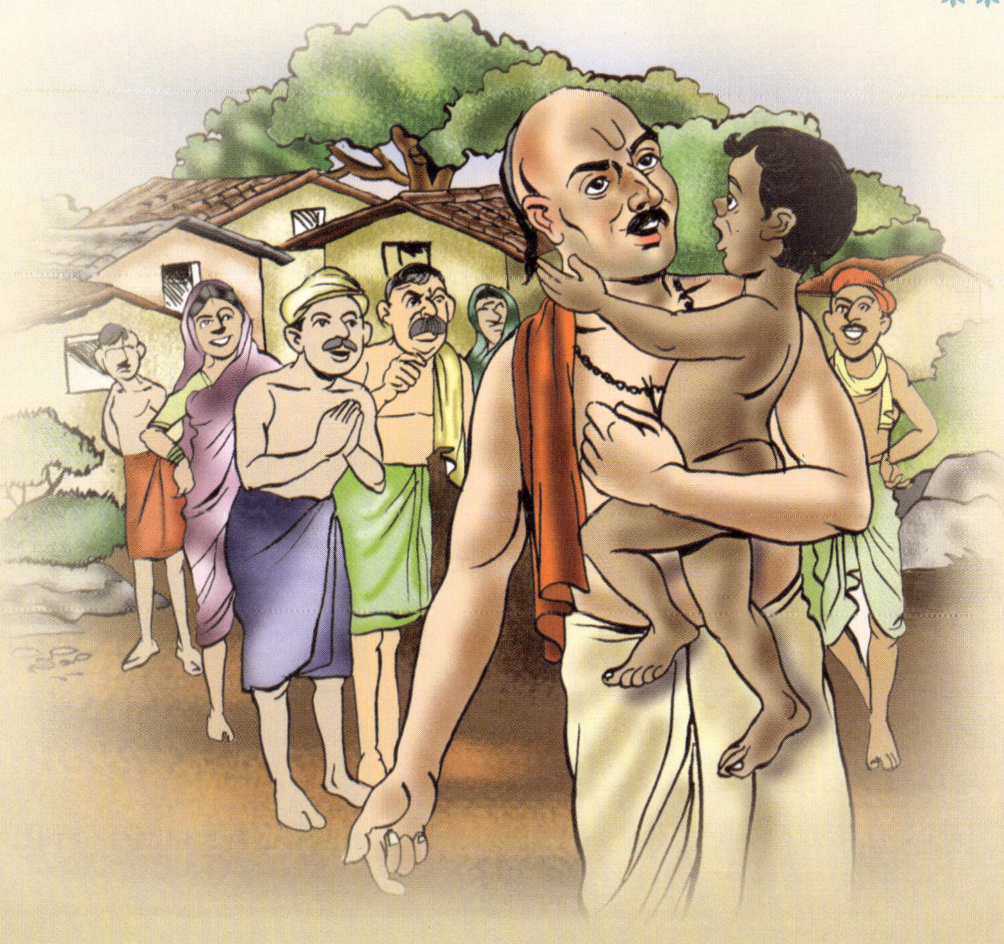

सकाळ, दुपार आणि संध्याकाळ नाथांचे गोदावरीस्नान कधी चुकत नसे. नाथांची कीर्ती ब्राह्मणांपासून महार-मांगांपर्यंत पसरली होती. कर्मठ ब्राह्मण सोडले तर बहुतेक नाथांना एक महान संत म्हणून मान देत होते.

महार मंडळींत राणू महार आणि त्याची बायको थोडेसे आगळे वेगळे जोडपे होते. रस्ता लोटण्याचे काम त्यांच्याकडे होते. नाथ सकाळी लवकर स्नानाला जात. नाथांचे स्नान आटोपल्यावर रस्ता झाडण्याचे काम ही महार जोडी करीत असे. एकदा राणूच्या पत्नीच्या मनात विचार आला आणि तिने राणूला तो बोलून दाखविला. ती म्हणाली,

"धनी, एक विचारू का?"

"विचार ना."

"रस्ता लोटून होण्यापूर्वी पैठणचा महापुरुष स्नान करून जातो."

"बरोबर आहे. ते भल्या पहाटे उठतात आणि त्यांची अंघोळ झाल्यावर आम्ही रस्ता लोटतो."

"पण..."

"त्याला काय करायचं? पहाटे चार वाजता आम्ही थोडंच उठणार आहो?"

"असं कसं म्हणता धनी? न लोटलेल्या रस्त्याच्या कचऱ्यावरून नाथांना जावं लागतं. आता ठरलं!"

"काय ठरलं?"

"नाथांच्या आधी आपण उठायचं. खास त्यांच्यासाठी रस्ता लोटायचा."

"छान, सुंदर कल्पना! संत देवाची भक्ती करतो, आपण निदान संताची तरी करू या."

रस्ता लोटण्याचा नवा क्रम सुरू झाला. नाथांच्या नजरेतून ही गोष्ट सुटली नाही. पुढे पुढे राणू आणि त्याची बायको स्नान आटोपून जाणाऱ्या नाथांचे दर्शन व्हावे म्हणून तिथे थांबू लागली आणि नाथाना नम्रतापूर्वक नमस्कार करू लागली. त्यांची शालीनता, स्वच्छता आणि भक्ती पाहून एके दिवशी नाथ त्यांना म्हणाले, "राणू, संध्याकाळी येत जा वाड्यात भजन कीर्तनाला."

"नाथजी, आम्ही दोघे येत असतो."

"पण त्यातलं कळतं का काही?"

"जरा जरा कळायला लागलंय आणि मधून मधून आपल्याला काहीतरी विचारावं असं

वाटू लागलंय.''

''मग जरूर विचारत जा.''

असे काही दिवस निघून गेले. राणू महार व एकनाथ यांच्या वरचेवर भेटी होऊ लागल्या. एके दिवशी राणूने धाडस केले. तो म्हणाला,

''नाथजी, क्षमा करा.''

''अरे, कसली क्षमा?''

''आपण म्हणाला होतात, की शरीर नाशवंत आहे. आत्मा अमर आहे.''

''बरोबरच आहे.''

''श्रीकृष्णानं जेव्हा विश्वरूप घेतलं तेव्हा नाथजी, आपण आणि हा राण्या कुठं होता?''

''कृष्णस्वरूपात विलीन झालो होतो.''

''मग आपण ब्राह्मण आणि मी महार का?''

''हा फरक पांडुरंग देवाला मान्य नाही. हा फरक माणसानं पाडला आहे.''

''हा फरक आपणाला मान्य आहे काय?''

''मुळीच नाही.''

''मग मी तुम्हाला माझ्या घरी जेवणाचं आमंत्रण दिलं तर?''

"मी अवश्य येईन."

तिथल्या तिथे राणूने नाथांना महारवाड्यातील आपल्या घरी भोजनाचे आमंत्रण दिले.

या गोष्टीने पैठणात एकच हाहाकार उडाला. राणूने ही गोष्ट पैठणात जाहीर केली. सनातनी ब्रह्मवृंद खवळले आणि महारवाड्याला दिवाळीच्या आनंदाचे उधाण आले.

राणूच्या बायकोला कोण आनंद झाला! ज्या दिवशी नाथ त्यांच्याकडे जेवायला गेले तेव्हा तिने घरात विलक्षण स्वच्छता ठेवली होती. अंगणात सडासंमार्जन केले होते. ताटाभोवती रांगोळी घातली होती. राणूने स्वतः रानातून पळसाची पाने तोडून, ती स्वच्छ करून त्याची पत्रावळ बनविली होती. राणूच्या बायकोला क्षणभर शंका होती की, एकनाथ घासभर खातील आणि उठून जातील. परंतु त्या दिवशी एकनाथ व्यवस्थित जेवले.

एखादे धर्मक्षेत्र म्हटले म्हणजे तिथे लोकवस्ती वाढत जाते. सुधारक मंडळी आपल्या प्रचाराला योग्य ठिकाण म्हणून धर्मक्षेत्रांचा आश्रय घेतात. पैठण याला अपवाद नव्हते. परमेश्वर एक आहे आणि मानवता हाच सत्यधर्म आहे, असे सांगणारे एकनाथ पैठणचेच.

त्यांच्या काळी पैठणात आणखी एक विचित्रच नव्हे, तर एक विक्षिप्त साधू होऊन गेला. श्रद्धाळू, भाविक, गरीब लोक त्याला 'दंडवतस्वामी' म्हणत असत. सनातनी लोक त्या स्वामींचा मोठा आदर करीत; कारण ज्या ज्या वेळी त्यांना दंडवतस्वामी भेटत तेव्हा ते प्रथम साष्टांग दंडवत घालून स्वागत करीत. ते कमी बोलत आणि तपश्चर्येने त्यांनी काही अलौकिक शक्ती संपादन केल्या आहेत असे लोक मानीत आणि त्यांच्या सामर्थ्याचा त्यांना कसा कसा प्रत्यय आला याचे ते चविष्ट वर्णन करीत.

एकनाथजींनी दंडवतस्वामींचे नाव ऐकले होते; परंतु ते त्यांना कधी भेटले नाहीत. परंतु एकदा एक भयानक गोष्ट उद्धवाने येऊन एकनाथांना सांगितली. उद्धव म्हणाला, "गुरुदेव, काय ऐकतो ते नवलच!"

"अरे उद्धवा, तू काय ऐकलंस?"

"रस्त्यात एक गाढव मरून पडलं होतं. तिथे लोकांनी गर्दी केली. शेजारून दंडवतस्वामी जात होते. काही लोक त्यांच्या भजनी लागले. ते म्हणाले, 'स्वामीजी, कृपा करा.'

'कसली कृपा? काय करू मी?'

'एक गरीब बिचारे गाढव रस्त्यात मरून पडलेलं आहे.'

'त्याला मी काय करू?'

'आपण तर पहुँचे हुए साधू आहात. त्या गाढवाला जिवंत केल्याशिवाय आम्ही तुम्हाला सोडणार नाही.'

- दंडवतस्वामी त्या गाढवाकडे गेले. त्यानी त्याचा चेहरा निरखला. ते त्याच्या कानात काहीतरी पुटपुटले आणि त्यानी जोराने फुंकर मारली आणि हातातील तांब्याने तीन-चार वेळा गार पाण्याचा शिडकावा केला. झोपेतून जाग आल्यागत ते गाढव उठले आणि रस्त्याने चालू लागले. तेथील लोकांनी एकच जयजयकार केला, 'दंडवतस्वामीकी जय!''

उद्धव एकनाथजींना पुढे म्हणाला, ''गुरुदेव, मला याचा काही अर्थच कळत नाही.''

''उद्धवा, तुझं बरोबर आहे.''

''काय बरोबर आहे?''

''त्या दंडवतस्वामीच्या मदतीला आपण धावून गेलं पाहिजे.''

उद्धवाला बरोबर घेऊन एकनाथ दंडवतस्वामींच्याकडे गेले. त्यांना नमस्कार करून ते म्हणाले, ''स्वामीजी, मला ओळखलंत का?''

''संत एकनाथांना कोण ओळखत नाही?''

''तुम्ही गाढवाला जिवंत केलं असं ऐकतो.''

''छे, हो. प्रखर उन्हाच्या तिरपीने ते बेशुद्ध झालं होतं. कानात गार वारे गेल्यावर आणि नाकातोंडावर गार पाण्याचा शिडकावा पडल्यावर ते शुद्धीवर आलं, ताजंतवानं झालं आणि उठून निघून गेलं.''

''पण आता हे पैठणचे लोक तुम्हाला सरळ सोडणार नाहीत.''

"म्हणजे काय करतील ते मला?"

"पैठण गावात कुणीही मेला, तर ते तुमच्याकडे धावत येतील. त्याला जिवंत करण्याचा आग्रह करतील."

"पण मी देव आहे काय?"

"तेच म्हणतो मी. तुम्ही त्याला जिवंत केलं नाहीत, तर ते तुम्हाला जिवंत सोडणार नाहीत."

"मग मी काय करू एकनाथजी? मला या संकटातून वाचवा."

"उद्या रात्री अंधाराचा फायदा घेऊन रातोरात काशी गाठा."

"पण मग लोक माझा शोध घेतीलच की!"

"मी सांगेन त्यांना. माझ्यावर विश्वास आहे त्यांचा."

"काय सांगाल तुम्ही त्यांना?'

"दंडवतस्वामींनी गोदावरीत जलसमाधी घेतली म्हणून."

दोन दिवसांतच एक म्हातारा ब्राह्मण निधन पावला. त्याचे नातेवाईक स्वामींचा शोध करू लागले. अखेर त्या म्हाताऱ्याचे दहन करण्यात आले.

"आठ दिवसांपूर्वीच स्वामींनी जलसमाधी घेतली. त्यापूर्वी आपल्याला हे सांगितलं होतं." असं एकनाथजींनी सर्वांना सांगितलं.

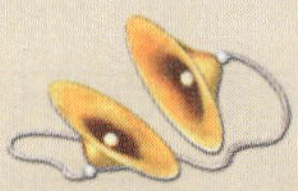

पैठण गावात एका टोकाला महारवाडा होता. पूर्वी गावात आणि त्याच्यात बरेच अंतर होते. पण जशी वस्ती वाढली, तसे ते अंतर कमी झाले. पुढेपुढे तर इतके की, महारवाडा हा पैठणचा एक भागच होऊन बसला. सनातनी ब्राह्मण मंडळींना सुरुवातीला हे खटकले; पण पुढेपुढे त्यांचा काही इलाजच चालेना, म्हणून ते गप्प बसले. हरिजनांच्या सावलीलाही अशुभ मानणारी मंडळी पुढेपुढे रस्त्यातच यांच्याशी बोलत. म्हणत,

"बाबा रे, पहाटेच वासरू मेलं; लवकर येऊन घेऊन जा."

"मांजरानं कोंबडं मारून देवघरात आणून टाकलंय. तेवढं काढायला ये."

"शेजारच्या गावच्या पाहुण्याला मुंजीचं निमंत्रण द्यायचंय. तेवढं जाऊन ये. गुळाचा खडा नि पसाभर धान्य देईन."

अशा प्रकारची कामे ही महार मंडळी करीत. तेव्हा देव्हाऱ्यापर्यंत शिरलेला महार त्यांना चाले.

अशीच एकदा चार-पाच महार मंडळी आपले गाव लोटण्याचे काम संपवून महारवाड्याला परत चालली होती. दहा-अकराचा सुमार असेल. एकनाथांच्या घराजवळ ते महार आले आणि थबकले.

कुणाचेही पाऊल पुढे सरकेना. ते एकमेकांना सांगत होते,

''काय खमंग वास आहे वांगीभाताचा!''

''वेलदोड्याचा छान घमघमाट सुटलाय. बहुधा एकनाथ महाराजांकडे खीर केली असावी.''

''असं अन्न आम्ही जन्मात खाल्लं नाही.''

''आणि जन्मात खायला मिळणार नाही.''

''आम्ही महार पडलो ना! ब्राह्मणांनी खमंग अन्न खायचं आणि आम्ही त्यांच्या पत्रावळी चाटायच्या.''

एकनाथांच्या घरासमोर चार-पाच मंडळी रेंगाळत उभी आहेत, असे वाड्यातल्या ओसरीवरून उद्धवाने पाहिले. बाहेर येऊन तो त्या महारांना म्हणाला, ''बाबांनो, कोण तुम्ही?''

''आम्ही महार.''

''मग इथं का उभं राहिलाय?''

''झाडलोटीचं काम आटोपून महारवाड्यात परत चाललोय आम्ही.''

''तुम्ही थांबलात त्या अर्थी एकनाथांकडे काही काम आहे का? मला सांगा. मी त्यांना सांगतो. ते तुमचं काम नक्की करतील.''

''एकनाथ महाराजांच्या घरातल्या अन्नाचा वास आमच्या नाकात शिरला आणि आमचं पाऊलंच पुढं पडेना. आज काय आहे घरात?''

''श्राद्ध आहे. तासाभरानं ब्राह्मण जेवायला येणार आहेत.''

''नशीबवान ते ब्राह्मण.''

''का बरं.''

''नाही, असलं खमंग अन्न त्यांना मिळणार आणि आम्हाला जन्मात मिळायचं नाही. पण एकनाथजींना आमचा निरोप सांगा. नंतरच्या खरकट्या पत्रावळी आम्हालाच द्या म्हणावं.''

उद्धव वाड्यात गेला. सगळं ऐकून एकनाथ हळहळले. त्यांनी पत्नीला तत्काळ पाने वाढण्यास सांगितले. एकनाथ त्या महारांच्या पाठीवर हात ठेवून म्हणाले, ''मी मोठा भाग्यवान आहे. अन्नाची खरी गरज ज्यांना आहे, अशी ही महार मंडळी आज आमच्याकडे आली आहेत. या महार मंडळींच्या रूपाने आमचे पितरच जेवून जातील असे मी मानतो.''

एकनाथांचे हे मोठे मन पाहून ती महार मंडळी अगदी ओशाळून गेली. गिरिजाबाईंनी त्या महारांना आग्रह करून वाढले. एकनाथ हात जोडून त्यांची विचारपूस करीत होते.

महार मंडळी पोटभर जेवली. एकनाथांच्या पायाला वंदन करून ती निघाली. उद्धव त्यांना म्हणाला, ''न चुकता रोज संध्याकाळी एकनाथजींच्या कीर्तन-भजनाला येत चला.''

श्राद्धाचे जेवण एकनाथांनी ब्राह्मणांच्या ऐवजी महारांना वाढले, ही बातमी ताबडतोब पैठणमधे पसरली. ज्या ब्राह्मणांना एकनाथांनी बोलावले होते, ते त्यांच्याकडे न जेवण्याच्या उद्देशाने स्वतःच्या घरात जेवून बारा-एकच्या सुमाराला उपस्थित झाले. एकनाथांना आनंद झाला. त्यांचे स्वागत करून एकनाथ म्हणाले,

''चलावं आपण भोजनाला. पानं तयार आहेत.''

''मघाशी महारांना वाढलंस आणि वर असं बोलतोस?''

गिरिजाबाई पुढे आल्या आणि विनवणीच्या सुरात म्हणाल्या,

''ब्रह्मवृंदांनी रागावू नये. पुन्हा मी सोवळ्यानं आपणासाठी स्वयंपाक केला आहे.''

''दे फेकून ते सारं अन्न उकिरड्यावर. आम्हाला जेवा म्हणायला काहीच वाटत नाही?''

''ब्रह्मवृंद, ठरल्याप्रमाणे आम्ही तुमच्याकरिता स्वच्छ सोवळ्याचं ताजं अन्न केलं आहे. भुकेले महार, ज्यांच्या पूर्वपिढ्यांत कुणीही गोड अन्न खाल्लं नाही, ते जेवून गेले. त्यांचा आत्मा तृप्त झाला यात तुमचं काय बिघडलं? पितरांचे आत्मे तृप्त व्हावेत, म्हणून तर श्राद्ध घालायचं असतं ना? आम्हाला ब्राह्मण आणि त्या महारांना महार हे त्या देवानं केलं काय? ही आमची करणी. ब्रह्मवृंद, जो आत्मा माझ्यात आहे, तोच महारात आहे आणि तोच तुमच्यातही आहे.''

एकनाथांनी ब्राह्मणांची समजूत अशा प्रकारे घालण्याचा आटोकाट प्रयत्न केला; पण सारे व्यर्थ!

गिरिजाबाईंनी एके दिवशी पाने वाढली. एकनाथ पानावर येऊन बसले. दुसरे पान हरिपंडिताचे होते. तो आला नाही हे पाहून गिरिजाबाईंनी उद्धवला त्याला बोलावून आणण्यास सांगितले. उद्धवाने निरोप आणला की, हरिपंडित जेवणार नाही. एकनाथांच्या पंगतीला तर नाहीच नाही.

"उद्धवा, जा, हरीला माझा निरोप सांग. म्हणावं, जेवणार नसलास तर जेवू नकोस, पण नुसता माझ्याकडे ये."

हरिपंडित आला. एकनाथ त्याला म्हणाले,

"हरिबाबा, आज का बरं रुसला आहेस माझ्यावर?"

"ते मला सांगण्याची लाज वाटते."

"खरं सांगायला कधी लाजू नये माणसानं."

"पण कसं सांगू?"

"कितीही वाईट असलं तरी ते ऐकण्याची माझी तयारी आहे. इतकंच नव्हे तर मी तुझ्यावर रागावणारही नाही."

हरिपंडितने धाडस केले. तो म्हणाला,

"पिताजी, पैठणातले सारे ब्राह्मण तुमचा द्वेष करतात."

"काय म्हणतात?"

"एकनाथ पाखंडी आहे. धर्मबुडव्या आहे."

"एवढंच? का आणखी काही म्हणतात?"

"आणखी म्हणतात..."

"सांग सांग घाबरू नकोस."

"म्हणतात, तुम्ही महाराघरी जेवायला जाता. पवित्र संस्कृत ग्रंथांचे मराठीत भाषांतर करता. कीर्तनाला अठरा पगड जातीचे लोक जमविता, त्यात मुसलमानही येतात. मग पिताजी, खरंच सांगा, हे धर्म बुडवणं नव्हे तर दुसरं काय?"

"जाऊ दे. लोक काय म्हणतात त्याचा तू विचार करू नकोस. तुझं काय मत आहे ते सांग. तू माझ्या पंगतीला बसला नाहीस तर मला जेवण गोड लागेल का?"

"मग पिताजी, तुम्ही माझं ऐकाल?"

"अवश्य ऐकेन."

"मला वचन द्याल?"

"सांग, काय हवंय तुला?"
"तुम्ही बाहेर कुठेही जेवायला जायचं नाही."
"कबूल."
"संस्कृत ग्रंथांचं मराठीत भाषांतर करायचं नाही."
"हे सुद्धा कबूल."
उद्धवाला वाईट वाटलं. तो म्हणाला,
"हरिपंडित, कृपा करून तुम्ही एकनाथजींची कथाकीर्तनं बंद पाडू नका."

असेच काही दिवस गेले. करवीर काशीची एक म्हातारी पैठणात आली. ती जेव्हा पुण्यनगरीला गेली होती, तेव्हा तेथील ब्रह्मवृंदाला ती म्हणाली,

"मी आता फार दिवस जगणार नाही. माझी एक इच्छा आहे. सहस्त्र ब्राह्मणांना भोजन घालण्याची शारीरिक शक्ती मला नाही; आर्थिक त्याहूनही नाही."

त्या म्हातारीचे असहाय्य उद्‌गार ऐकून एकाला वाईट वाटले. त्याने तिला दिलासा देत म्हटले,

"बाई, माझं ऐकाल? तुम्ही पैठणला जा. तिथं एकनाथ नावाचे थोर साधू आहेत. त्यांना तुम्ही जेवायला घातलंत म्हणजे हजार ब्राह्मणांना जेवण घातल्याचं पुण्य तुम्हाला लागेल."

ती म्हातारी पैठणला आली. एकनाथांच्या वाड्यावर ती गेली. हरिपंडित आणि एकनाथ तिथे बोलत बसले होते. एकनाथांनी विचारले,

"आजीबाई कोण हवंय तुम्हाला?"

"संत एकनाथ इथंच राहतात का?"

"हो. मीच."

"मी स्वत:ला धन्य समजते; कारण आल्या आल्या तुमचं दर्शन घडलं."

"का आला होतात बाई?" हरिपंडिताने विचारले.

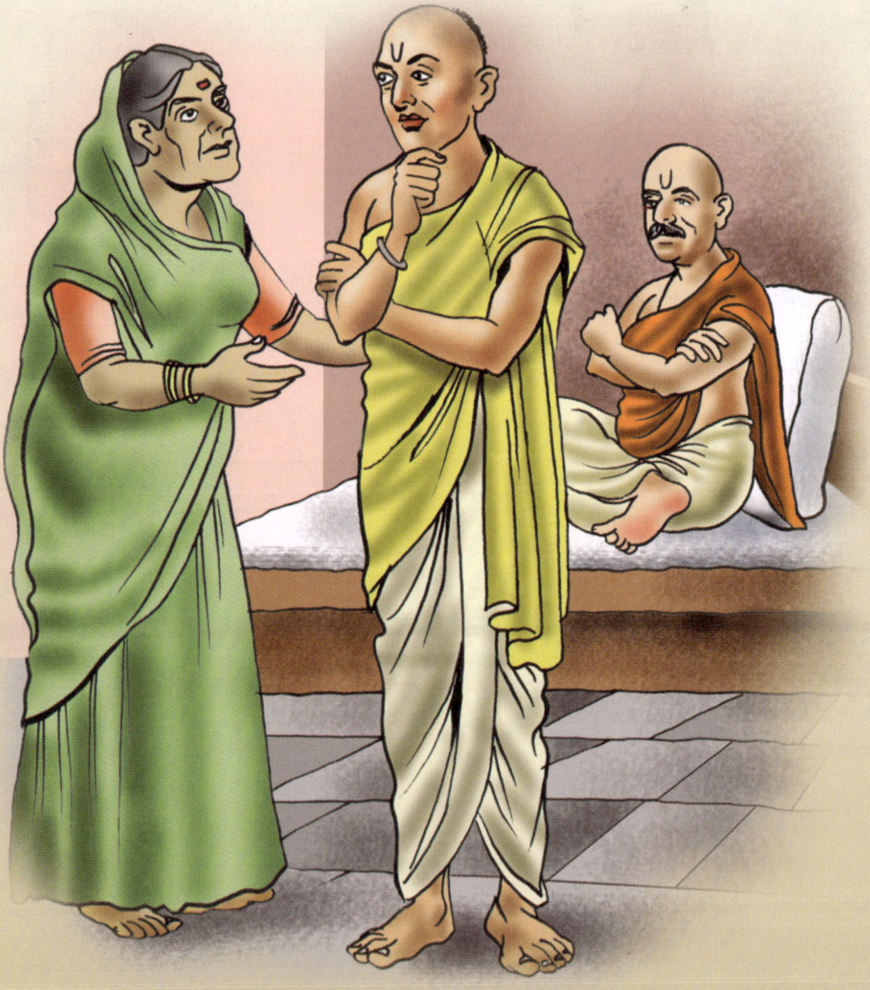

"मला सहस्र ब्राह्मण भोजन घालायचं आहे. इतके ब्राह्मण मिळणे कठीण म्हणून तर आले पैठणात."

"पैठणात हजार ब्राह्मण आहेत असं तुम्हाला कुणी सांगितलं?"

"करवीर काशीतल्या, पुण्यनगरीतल्या ब्राह्मणांनी, अशा अनेक ठिकाणच्या लोकांनी."

हरिपंडित, एकनाथ, उद्धव, श्रीखंड्या त्या बाईच्या उद्‌गाराने बुचकळ्यात पडले.

त्या बाईने खुलासा केला,

"पैठणच्या एकनाथांना तू जेवायला घाल, म्हणजे हजार ब्राह्मणांना जेवायला घातल्याचं पुण्य तुला लाभेल असे सांगितल्यामुळे मी इथे आले आहे."

"मी जेवायला तयार आहे, पण..." एकनाथ अडखळले.

"पण काय?"

"ते हरिपंडिताला विचारा. कुणाघरी जेवायला जाण्याची त्याची मला अनुज्ञा नाही."

त्या म्हातारीने आवर्जून विनवले. स्वत: जेवण तयार करून देण्याच्या अटीवर एकनाथांना म्हातारीकडे भोजनास जाण्यास त्याने अनुमती दिली.

एकनाथ जेवत असताना त्या बाईला झालेला आनंद पाहून हरिपंडिताचा एकनाथांवरचा राग मावळायला लागला. त्या म्हातारीने हरिपंडिताची समजूत काढताना म्हटले,

"बाळा, अरे साऱ्या मराठी मुलखात ख्याती झालेल्या या एकनाथांचं महत्त्व तुला, त्यांच्या मुलालाच कळू नये ही केवढी दुर्दैवाची गोष्ट! एकनाथांविरुद्ध ज्यांनी तुझे कान भरले त्यांना बापलेकांत भांडण लावून या संत एकनाथांच्यावर सूड घ्यायचा होता; एवढं कसं बरं तुझ्या लक्षात आलं नाही? अरे तुझ्या वडिलांनी संस्कृत ग्रंथ मराठीत आणले, म्हणून तर आम्हा अडाण्यांना ते समजले. बहुजन समाजावर त्यांचे हे केवढे बरं उपकार! तेव्हा बाळा, या थोर महापुरुषावरील तुझा राग तू काढून टाक."

त्या म्हातारीच्या बोलण्याने हरिपंडित पार विरघळून गेला. तो एकनाथांना म्हणाला,

"पिताजी, मला क्षमा करा. माझ्या हातून फार मोठी चूक झाली. वाराणशीत जाऊन राहण्याचा विचार मी केला होता, तो आता काढून टाकला. मी इथून पुढे तुमच्या आज्ञेत आणि सेवेत राहीन."

हरिपंडिताचे हे उद्‌गार ऐकून उद्धव आणि श्रीखंड्या यांना मनापासून आनंद झाला.

एकदा एकनाथांनी जनार्दन स्वमीजींच्या सांगण्यावरून तीर्थयात्रा केली होती. नंतर पैठणात राहून बरीच वर्षे आपला सत्यधर्माचा प्रचार केला. मराठीत आणलेल्या संस्कृत ग्रंथांचा रसाळ वाणीने श्रोत्यांना परिचय करून दिला. उद्धव आणि एकनाथ यांच्या एकदा मनात आले आणि ते श्रीखंड्याला म्हणाले,

"श्रीखंड्या!"

"काय गुरुदेव?'

"तुझ्यावर एक मोठी जबाबदारी टाकणार आहोत."

"ती मी पार पाडण्यास तयार आहे."

"आम्ही तीर्थयात्रेला जाऊन येतो."

"अवश्य चला. मी आपले घर सांभाळतो. गिरिजामाउलींची सेवा करतो; पण आपणासंबंधी आपल्या भक्तांची विचारणा झाल्यास आपण केव्हा येणार आहात असं मी सांगू?"

"सांग, दोन वर्षांनी."

एकनाथ आणि उद्धव परमधामाच्या यात्रेला चालले. द्वारका झाली, जगन्नाथपुरी झाली, काशीविश्वेश्वराचे दर्शन घेतले. ठिकठिकाणी त्यांनी चर्चा केल्या, वाद घातले. जणू आपल्या सत्यधर्माला त्यांनी मान्यता मिळवली.

काशीमध्ये त्यांनी कावडीत गंगेचे पाणी घेतले. काशीवासीयांच्या आग्रहाने ती गंगा ते रामेश्वरला घेऊन चालले. आपलीही गंगा रामेश्वरापर्यंत जावी म्हणून भक्तगणांनी आपापल्या झारीतील चार चार थेंब पाणी नाथांच्या कावडीत टाकले.

असेच ते एकदा आंध्रातून चालले असता कडक उन्हामुळे एक गाढव रस्त्याच्या कडेला बेशुद्ध होऊन पडलेले दिसले. एकनाथांना ते पाहवेना. ते गाढव खूपच तहानलेले आहे, हे त्यांनी ओळखले. आसपास कुठेच पाणी नव्हते. आपली गंगेच्या पाण्याची कावड एकनाथांनी त्या गाढवाच्या तोंडात रिकामी केली. गाढव उठून उभे राहिले. जाताना त्याने वाकडी मान करून वळून पाहिले.

"पाखंडी, पाखंडी!" एक ब्राह्मण ओरडला. "एकनाथा, पवित्र गंगा गाढवाच्या मुखात घातलीस?"

"होय. बिचारं तहानेनं तळमळत होतं."

कावड रामेश्वरपर्यंत नेली असती तर मोठ्या पुण्याचे धनी झाला असता."

"समजा, त्या गाढवाच्या जागी आपण असता तर? मी काय करायला हवं होतं?"

तो ब्राह्मण निघूनच गेला.

एकनाथ आपली तीर्थयात्रा संपवून पैठणला आले. आता त्यांचे वय झाले होते.

एके दिवशी स्नान आटोपून परत येत असताना कडेला एक महारोगी बसलेला त्यांनी पाहिला. घरच्यांनी कसे वाईट वागवले, ते त्याने सविस्तर सांगितले.

एकनाथांनी त्याची जखम धुतली. स्वच्छ वस्त्राने बांधली. त्याला आपल्या घरचे अन्न आणून दिले.

सतत दोन महिने असा नेम त्यांनी ठेवला. याचा परिणाम असा झाला की, त्यांचे भक्तही त्या महारोग्याला मदत करू लागले.

एकनाथांनी वर्षानुवर्षे कीर्तन-प्रवचन केले. मराठीत भागवत लिहून त्यांनी भक्तीचे महत्त्व लोकांमध्ये रुजवले.

एकनाथांना दक्षिण, उत्तरेकडून निमंत्रणे येऊ लागली. 'तू पैठणातच राहून तुझे काम कर' ही गुरूंची आज्ञा त्यांनी अखेरपर्यंत मानली. बाहेरचे लोक, संत त्यांना भेटायला येत असत. त्यांचा अमृतबोध ऐकत असत.

एकदा एका साधूने त्यांना विचारले,

"नाथजी, आपल्या कवनांमध्ये आपण 'एका जनार्दनी' म्हणता, ते कोण? आपले वडील?"

एकनाथ म्हणाले,

"ते माझे गुरू जनार्दनस्वामी. मी जे करतो ते त्यांच्या प्रेरणेनेच. माझ्याबरोबर श्रोत्यांनीही त्यांचे नाव ऐकावे, हीच माझी इच्छा."

एक दिवस एकनाथजींनी पैठणात अशी दवंडी पिटविली की उद्याचे त्यांचे प्रवचन अखेरचे होईल. ते थोडे जास्त वेळ चालेल.

कीर्तनाला अलोट गर्दी लोटली. पहिले भजन झाले. मग एकनाथजींनी जाहीर घोषणा केली,

"मायबापहो, मला पांडुरंगाचे बोलावणे आले आहे, असे मला जाणवते आहे. म्हणून आज हे अखेरचे प्रवचन."

हे अखेरचे प्रवचन अतिशय रंगले. भक्तीचे महत्त्व त्यांनी सविस्तर सांगितले. मानवता हाच खरा धर्म हे समजावून सांगितले.

जड मनानेच श्रोते घरोघरी परत गेले.

दुसऱ्या दिवशी उद्धव, श्रीखंड्या पाहतात तो एकनाथजी जागेवर नाहीत. ते ओरडतच गोदावरीच्या किनारी गेले.

हळूहळू अफाट जनता जमा झाली. संत एकनाथजींनी जलसमाधी घेतली होती, ही गोष्ट लपून राहिली नाही.

प्रत्येक जण मनातल्या मनात एकच म्हणत होते, 'गेला! अनाथांचा नाथ एकनाथ गेला!'